BÓNG
THỜI GIAN

BÓNG THỜI GIAN
DIỆU KIM
NGUYỄN MINH TIẾN hiệu đính và giới thiệu

Bản quyền thuộc về tác giả và Nhà xuất bản Liên Phật Hội (United Buddhist Publisher).

Copyright © 2019 by United Buddhist Publisher
ISBN-13: 978-1-0904-9612-6
ISBN-10: 1-0904-9612-5

© All rights reserved. No part of this book may be reproduced by any means without prior written permission from the publisher.

DIỆU KIM
NGUYỄN MINH TIẾN hiệu đính và giới thiệu

BÓNG THỜI GIAN

TẬP TRUYỆN NGẮN PHẬT GIÁO

NHÀ XUẤT BẢN LIÊN PHẬT HỘI
UNITED BUDDHIST PUBLISHER

LỜI GIỚI THIỆU

Những năm gần đây, có một dấu hiệu rất đáng mừng là các tác phẩm Phật học đã xuất hiện ngày càng nhiều và hết sức phong phú, từ những trước tác của các vị đại sư cho đến các bản dịch giáo pháp từ Anh ngữ, Hán ngữ; từ những bài giảng dành cho người sơ cơ đến những tác phẩm nghiên cứu Phật học chuyên sâu; từ các sách giảng luận về Tịnh độ, Thiền tông cho đến Mật tông đều có đủ và thường xuyên gia tăng số lượng. Vì thế, người Phật tử đã không còn phải khó khăn trong việc tìm kiếm và chọn lựa món ăn tinh thần thích hợp với mình.

Tuy nhiên, có một thực tế là những tác phẩm văn chương Phật giáo dường như vẫn còn khá ít ỏi. Người ta vẫn phải tìm đọc Thơ văn Lý Trần hay Quy nguyên trực chỉ như những tác phẩm văn học Phật giáo vô cùng hiếm hoi sót lại từ xưa, trong khi những sáng tác văn học Phật giáo gần đây vẫn còn khá hạn chế.

Trong bối cảnh đó, tôi rất vui khi nhận được tập bản thảo này từ tác giả với lời đề nghị nhờ đọc lại. Quả thật, với một bút pháp nhẹ nhàng, trong sáng và mang đậm chất giọng Nam bộ, nữ tác giả xuất thân từ miền quê Đồng Tháp này đã chia sẻ với chúng ta rất nhiều những suy tư, trăn trở qua vốn sống thực tế của chị. Vì thế, tôi hy vọng tuyển tập truyện ngắn này sẽ góp phần đáp ứng được nhu cầu học hỏi và tu tập của người Phật tử thông qua sự thưởng lãm văn chương Phật giáo, một nhu cầu chính đáng và đang ngày càng gia tăng đặc biệt trong lớp trẻ hiện nay.

Hy vọng tác phẩm này sẽ mang đến cho người đọc không chỉ là những phút giây thư giãn đơn thuần, mà còn là những tư tưởng sâu sắc, những cảm xúc yêu người thương đời được tác giả gửi gắm qua ngòi bút, có thể giúp mỗi người chúng ta luôn nỗ lực vươn lên để sống tốt đẹp hơn, hoàn thiện hơn.

Xin trân trọng giới thiệu cùng quý độc giả.

NGUYỄN MINH TIẾN

BÓNG RÂM

Sân chùa yên ả không một tiếng lá rơi. Mặt trời áp má lên những vòm cây xum xuê, chỉ để rớt nhiều đốm nắng rất nhỏ xuống đất, không nóng bức, không khó chịu, mà lung linh dễ thương như những đốm bùn khô nổi bật trên chiếc áo nâu của chú điệu Quảng Tâm hôm nào.

Chú đang ngồi dưới một gốc me, tay cầm đoạn trúc nhỏ xíu quẹt lên mặt đất mấy chữ nho to tướng. Thầy phạt chú vì cái tội bỏ công phu chiều chạy ra đồng thả diều. Rồi sợ, lội tắt qua mương vườn bà Ba Kính để về chùa. Nhưng mấy lùm cỏ trong mương hại chú, chúng vẽ lên cái áo của chú mấy chục đốm bùn, về tới chùa thì bùn khô lại, cứ nổi rõ trên nền nâu như lời tố cáo chính xác. Thế là chú phải quỳ hương. Quỳ chút xíu thôi, Thầy chỉ muốn cảnh cáo. Nhưng sợ nhất là phải học thuộc hàng đống chữ nho.

Chú cắm cúi viết. Chỏm tóc trước trán có một cái đuôi dài vắt qua mang tai cứ rớt xuống khi chú cúi đầu. Chú điệu một tay lo vắt tóc, một tay quẹt mạnh xuống đất. Đất mùa hè cứng như đá, mà chú lại siêng quét sân nên chẳng có bụi bặm, đất tơi gì cả. Muốn chữ hiện lên thì phải viết thật mạnh. Chú điệu Tâm mím môi, vành môi đầy đặn và rất rõ, với một nhân trung dài và sâu chạy tới sống mũi. Sống mũi thẳng nhô lên giữa hai gò má trắng hồng, bầu bĩnh. Mỗi khi chú hờn dỗi thì má cứ như bầu thêm ra.

Mà chú cũng hay hờn dỗi lắm. Hôm nọ bà Ba Kính đến chùa xay bột để gói bánh cúng rằm, bà bắt chú xay giúp. Đôi cánh tay nhỏ bé của chú điệu đã rã rời mà bà Ba còn ca cẩm liên tục: "Lớn rồi, phải lo làm, lo tu, tối ngày cứ chạy nhong nhong. Đệ tử mà không giống Thầy gì hết..." Khi cái điệp khúc này được nhai lại lần thứ tư thì chú đứng phắt dậy. "Bà giỏi thì bà làm đi, còn tui hổng làm, hổng tu gì hết!" Và chú bỏ luôn cái cối xay. Bà Ba Kính tru tréo lên: "Trời ơi, cái chú này quá sức rồi. Tôi phải méc Thầy để Thầy trị tội." Tối đến, Thầy gọi chú điệu lên phương trượng: "Con có biết pháp danh Quảng Tâm của con mang ý nghĩa gì không?" "Dạ bạch Thầy, là cái tâm rộng lớn." "Ừ, rộng lớn là quảng đại, hỉ xả nữa, chớ không nhỏ hẹp, hờn giận, sân si..." "Dạ, mô Phật." Thầy thuyết pháp cho một hồi, và chú xin sám hối. Nhưng sau đó thì... chú thấy cái tâm của mình dù lớn đến đâu cũng chừa bà Ba Kính ra. Và bây giờ mỗi lần bà đến chùa làm công quả là chú tìm mọi cách né được chừng nào hay chừng ấy.

Chú điệu Quảng Tâm viết một hồi đã thuộc. Chú sợ những chữ nho rối tinh rối mù như những cọng rơm, nhưng không hiểu sao chú học lại rất nhanh, và khi học thì cũng rất thích. Thầy không khen tiếng nào nhưng hay xoa trán chú mỗi khi chú trả bài thuộc.

Chú chẳng hiểu trên trán chú có cái gì. Chú cũng lấy tay sờ trán, chỉ thấy nó tròn như đầu chú thôi. Cái đầu không một sợi tóc ngoại trừ cái chỏm phía trước, còn gọi là cái chóp. Đôi lúc chú bực bội, giận dỗi, bởi vì khi đi học thì lũ bạn thường chế giễu đầu chú không tóc, còn khi về chùa thì lại bị mấy bà Phật tử nắm chóp mỗi lần chú làm sai điều gì đó. Thà là có tóc hẳn, hoặc cạo hẳn như Thầy, còn đằng này... cái sự "có" và "không" ấy luôn hại chú.

Tuy nhiên, điều ấy chỉ thỉnh thoảng xảy ra, còn thường ngày chú vẫn cảm thấy thoải mái, nhất là được Thầy xoa trán thì chú rất thích, cứ muốn bàn tay ấm áp của Thầy để hoài trên đó. Cho nên dù sợ "những cọng rơm" kia nhưng chú vẫn cố gắng học với mong ước được bàn tay Thầy vỗ về. Nhiều lần chú thấy rõ mình ghen với điệu Vũ vì điệu Vũ được Thầy tỏ ra chăm sóc nhiều hơn. Một lần Vũ chạy chơi té trầy chân, Thầy rửa vết thương bằng nước muối, Vũ chảy nước mắt kêu rát, Thầy phải ngồi chúm miệng thổi phù phù cho Vũ hết rát, và hình như mắt Thầy cũng đỏ. Điệu Vũ kêu thèm bánh da lợn, sáng hôm sau Thầy nhờ bà Ba Kính đi chợ mua bánh da lợn về cho Vũ ăn.

Có lần chú mắng Vũ: "Mầy làm như Thầy là cha mầy không bằng nên bày đặt nhõng nhẽo." Điệu Vũ ngơ ngác: "Cha là gì?" Chú sực nhớ, Vũ mới năm tuổi và nó ở với Thầy từ hồi nhỏ xíu, cũng gọi "Thầy" từ lúc bập bẹ tới giờ, làm sao nó biết cha là gì. Chú Quảng Tâm rất thương Vũ. Cái hồi Thầy ẵm Vũ về đây, Vũ mới biết chạy lon ton, chắc chừng non ba tuổi, còn chú đã lên bảy, thường lui tới chùa chơi. Đúng hơn là lui tới xách đồ của mấy bà Phật tử cúng dường hoặc thức ăn **hằng** ngày mà Thầy gởi mẹ chú đi chợ mua **giùm**. Trong cái giỏ đầy rau cải, nước tương, dưa leo đó luôn luôn có một túm bánh nhỏ dành cho bé Vũ. Khi thì bánh bò, lúc bánh chuối, bánh da lợn... những thứ rất phổ biến và rẻ tiền ở các chợ quê như quê chú, mà lại rất ngon, hấp dẫn. Chú vừa thấp thoáng ở cây bồ đề trước cổng chùa là bé Vũ đã chạy ra: "Anh Lựn, anh Lựn!" Hồi đó chú tên Luận nhưng bé Vũ phát âm **đả đớt** như vậy. Chú đưa túm bánh cho Vũ, chỉ đòi một điều kiện: "Hôn anh đi!" Cái miệng nhỏ xíu chúm lại in một dấu tèm lem lên má chú. Được nửa năm như thế thì anh Luận trở thành "**sư huynh**" của Vũ, với chóp tóc và bộ quần áo nâu y hệt, và mọi người gọi chú là "điệu Quảng Tâm" tức chú tiểu trong chùa.

Hai năm trôi qua, bây giờ Quảng Tâm vẫn nhớ cái ngày chú rời khỏi căn nhà quen thuộc để bước vào cửa thiền. Chiều hôm đó, Thầy hỏi chú: "Con có muốn ở luôn với Thầy không hở Luận?" Chú ngước đôi mắt to đen nhìn Thầy. Gương mặt xương xương vừa hiền lành vừa cương nghị, đặc biệt là đôi mắt dường như thường xa xăm, ẩn giấu một điều gì. Nhưng "điều gì" đó không làm cho người ta sợ mà còn gần gũi, trìu mến hơn. Giọng Thầy lúc nào cũng nhỏ nhẹ, ân cần, khi giận chỉ nghiêm khắc lại, chứ không hẳn học, ác cảm. Ngày nào chú cũng gặp Thầy, thậm chí ăn cơm với Thầy nhiều hơn với mẹ, rồi như một thói quen, một sức hút, chú cứ ở miết trong chùa. Thế là chú gật đầu không do dự.

Và sáng hôm sau, bà ngoại và mẹ dẫn chú sang chùa. Mẹ khóc, khóc nhiều lắm. Chú không hiểu tại sao mẹ khóc. Thì chú ở chùa, chạy về nhà chơi, cũng như ở nhà chạy qua chùa chơi, có khác gì đâu. Thằng Bình em của chú cũng trạc tuổi Vũ, vẫn tha hồ đùa giỡn với anh kia mà. Sao mẹ lại khóc nhỉ? Còn bà ngoại mắt đỏ hoe nhưng miệng lại cười. Bà ngoại cất cốc riêng, ở một mình tụng kinh niệm Phật, cạo đầu, mặc áo nâu, cho nên bà rất ủng hộ việc đưa chú đến chùa. Nhưng sau này chú mới lờ mờ đoán ra lý do mẹ phải khóc, khi trong nhà xuất hiện người cha dượng. Ngoại thủ thỉ cùng chú: "Con phải thương mẹ, một thân một mình nuôi con với em Bình mấy năm nay, giờ sức mẹ yếu đuối phải tìm người nương tựa. Con về với Thầy, thì dượng mới nuôi nổi em Bình, đó cũng là con thương em." Chú gật đầu. Bao giờ mà chú không thương mẹ, thương em.

Nhưng rồi sau đó, chú nhận ra đã có một cái gì đổi khác trong lòng chú. Trước kia chú vẫn thường bị đòn, bị la nhưng chú khóc xong lại quên ngay. Còn bây giờ, mỗi khi bị mấy bà Phật tử sai phái, rầy mắng, hoặc cốc lên đầu, hoặc nắm chóp là chú giận mẹ. Tại sao mẹ lại bỏ chú vào chùa để người ta xem chú như con mồ côi, ai muốn hiếp đáp gì cũng được? Mà chú có khác gì con mồ côi? Chú thấy tủi thân. Mẹ gần đó mà đâu còn gặp gỡ, nâng niu thường xuyên nữa. Mẹ lại có con với dượng, suốt ngày tất bật lo toan, dường như vẫn nghèo vẫn khổ. Còn cha chú? Đó là một người đàn ông chỉ còn những nét rất mờ nhạt trong trí nhớ non nớt của chú. Nghe nói, khi mẹ có bầu em Bình thì cha mẹ cãi nhau một trận kịch liệt, rồi cha bỏ đi. Tưởng rằng cha giận, đi vài hôm sẽ về, ai ngờ biền biệt từng ấy năm. Lại nghe đâu chết hay mất tích trong chiến trường miền Trung.

Mẹ giận cha, rồi chờ đợi, rồi tuyệt vọng. Bây giờ mẹ đã yên phận. Nhưng lòng chú thì bắt đầu không yên. Chú chợt tin rằng cha không chết, cha vẫn còn sống, và ngày nào đó chú sẽ được gặp cha. Không, chú phải được gặp cha, vì chú cần cha lắm, chú thèm được cha ôm vào lòng, cha chơi với chú, nói chuyện với chú, và nhất là cha bảo vệ chú không cho mấy bà Phật tử ăn hiếp chú. Ý nghĩ ấy, khao khát ấy lớn lên thật nhanh, và cháy bỏng. Đến nỗi ai nói gì có tiếng "cha", chú cũng giật mình. Nhưng chú không rời bỏ niềm hy vọng. Chú nuôi dưỡng nó từng ngày, âm thầm không nói cho một ai hay biết. Rồi sẽ có một ngày....

Quảng Tâm quăng đoạn trúc đã mòn vẹt đầu, lấy chân xoa xoa mặt đất để xóa những chữ vừa viết. Nắng vẫn còn rất cao, chắc chỉ khoảng ba giờ. Mấy con chim chợt cất tiếng hót véo von. Sân chùa nhiều cây, lũ chim vẫn làm tổ và hót cả buổi sáng lẫn buổi trưa. Nhất là buổi trưa, hoàn toàn vắng lặng, thì tiếng chim càng rõ, càng ru hồn. Xa xa gần chỗ hồ sen có một cái võng đan bằng cọng chuối, cũ kỹ mà rất dai rất chắc, là nơi Thầy thường ra nằm tránh oi bức của mùa hè dội xuống lớp ngói trong chùa. Sen tháng này nở nhiều, đỏ hồng hồng, và thoang thoảng hương thơm mỗi khi có ngọn gió phất qua. Trong chùa, Thầy trồng nhiều loại bông mà loại nào cũng có mùi thơm. Bông trang, bông huệ, bông sứ... Mỗi thứ một ít cây, nhưng trộn hương vào nhau làm người cứ lâng lâng, thanh thoát. Chú điệu Quảng Tâm liếc nhìn chỗ mắc võng, đã thấy bóng áo nâu của Thầy phất phơ. Chắc Thầy đang đọc sách, những cuốn sách chữ nho dày cộp chất đầy một tủ, chú không biết rõ đó là kinh, hay luật, hay luận, chắc là đủ cả ba, và Thầy đọc mãi chẳng biết bao giờ thì hết. Ban ngày Thầy đọc sách, trồng rau cải, bầu bí, tưới hoa, ban đêm Thầy tụng kinh xong lại ngồi thiền hoặc viết lách gì đó đến thật khuya. Còn chú thì đi học ở trường, về chùa trông coi em Vũ, tiếp Thầy nấu cơm, dọn cơm cúng Phật, rồi tụng kinh, học kinh. Bấy nhiêu việc cứ đều đều xoay quanh, nhàn nhã mà không rảnh rỗi cho cả hai Thầy trò. Cứ như con nước, chảy chứ không được dừng, chảy đều, chảy mãi...

Nhưng hôm nay chú điệu Quảng Tâm thấy Thầy đã ra nằm võng, vội vàng chạy lách qua hông chùa, luồn lên chánh điện. Lớp gạch lâu năm bóng và mát lạnh áp vào lòng bàn chân làm chú tỉnh táo hẳn. Chú đến kệ đựng kinh, lục tìm cuốn kinh Địa Tạng, rồi ngồi xếp bằng trước bàn thờ Phật. Chú mở kinh ra, đúng chỗ đã đánh dấu, bắt đầu đọc tụng. Hôm nay chú quyết phải tụng cho được hai phẩm. Không thể chậm chạp, kéo dài mãi được. Càng kéo dài, càng lâu đến mục đích mà chú đang chờ đợi. Bởi hôm nọ khi tụng đến một đoạn trong kinh, chú giật mình. Ý kinh nói rằng: ai trì tụng thành tâm kinh này thì nếu cha mẹ chết hoặc cha mẹ thất lạc mà không biết mặt, sẽ được gặp gỡ trong giấc chiêm bao. Chú mừng rỡ quá. Trời ơi, vậy mà bao năm ở trong chùa chú không chịu đọc kinh này sớm hơn, nếu thực hành trì tụng thì đã có thể gặp mặt cha rồi. Bây giờ chú sẽ thực hiện, thực hiện ngay. Còn quên, khi trì tụng kinh, phải đặt một chung nước nhỏ lên bàn Phật, tụng xong, uống chung nước ấy, thì hình ảnh cha mẹ mới đến được trong giấc chiêm bao. Chú nghĩ, chung nước nhỏ tí chỉ gặp mặt chút xíu, hay là rót một ly cối lớn để Phật cho chú gặp cha lâu hơn. Thế là chú đã bị một trận căng bụng đến gần nôn ói, nhưng chú cũng ráng ngậm miệng, nín hơi không cho một giọt nước nào văng ra. Vậy mà không hiểu sao tối hôm đó chú cũng không mơ thấy cha.

Chú không dám nghĩ rằng Phật không linh, kinh không linh, mà chỉ dám nghĩ có lẽ do chú chưa được thành tâm lắm, chưa tập trung tư tưởng lắm. Và cũng có thể phải phát nguyện trì tụng rất nhiều lần mới có kết quả. Như Thầy đã từng phát nguyện trì 100 lần bộ kinh Pháp Hoa để chấn hưng ngôi chùa hoang sơ này. Suốt ba năm Thầy giữ đúng lời phát nguyện, giờ thì ngôi chùa mới được khang trang hơn, đạo hữu đoàn kết, tiến bộ hơn. Vậy chú phải làm như Thầy. Nhưng chú không dám phát nguyện trì tụng 100 lần, vì chú nóng ruột lắm, muốn thấy mặt cha lắm. Cho nên hôm nào chú cũng rót một ly nước nhỏ, và uống, với hy vọng sẽ nằm mơ... Chú còn tranh thủ tụng kinh vào buổi trưa khi Thầy ra võng đọc sách, và ban đêm khi Thầy đã vào phòng.

Mấy hôm nay chú ít ngủ hẳn, nhưng chú cố gắng, cố gắng. Bởi ý muốn được gặp cha nung nấu hơn khi tình cờ, ngày hôm kia, chú nghe mấy bà Phật tử nói với nhau nho nhỏ sau bếp: "Hình như điệu Vũ là con của Thầy. Sau khi lỡ lầm với một người, Thầy ăn năn sám hối, nên ẵm con về vùng đất xa xôi này, lánh hết người đời, quyết chí tu hành trở lại." Bà khác nói: "Không phải đâu, bổn sư giao nhiệm vụ cho Thầy về đây chấn hưng ngôi cổ tự. Còn bé Vũ là do Thầy lượm được. Đúng hơn, Thầy phát hiện một cô gái đang định bỏ rơi con mình dưới mái hiên ngôi nhà sang trọng. Cô gái thấy Thầy, liền khóc lóc năn nỉ Thầy nuôi **giùm** đứa con của một cuộc tình trẻ dại. Cầm lòng không đậu, và nghĩ rằng đứa bé có duyên với Phật pháp, Thầy đem về chùa nuôi. Đến khi lên đường nhận nhiệm vụ mới, Thầy cũng ẵm Vũ theo."

Lời của mấy bà Phật tử khiến chú càng bàng hoàng. Tất cả đều chỉ là ức đoán, nghi ngờ, không ai dám kết luận điều gì. Nhưng thực ra họ chỉ nói thoảng qua rồi thôi, chứ ai cũng rất thương Thầy vì đạo hạnh từ bi, và rất mừng khi Thầy trụ lại ở vùng quê này, có tiếng chuông ngân nga cho thôn xóm ấm cúng hơn. Cho nên chẳng ai mấy bận tâm. Duy chỉ có chú điệu Quảng Tâm, từ hôm đó, không hiểu sao chú cứ muốn nghĩ rằng Vũ là con của Thầy. Chú cứ muốn tin như thế. Hèn chi mà Thầy có vẻ thương yêu chăm sóc Vũ hơn chú. Hèn chi mấy bà Phật tử không dám ăn hiếp Vũ. Chú đâm ra "nể" điệu Vũ. Vì điệu Vũ có cha. Còn chú thì không. Cho nên chú càng nung nấu ước mơ tìm gặp được cha. Cha ơi, bây giờ cha ở đâu? Bao lần chú tự kêu lên trong lòng câu ấy. Và nước mắt hay chảy ra ướt đẫm cả tay áo nâu cũ kỹ mà chú úp mặt vào.

- Điệu Tâm đâu rồi? Dọn cơm cúng đi con!

Tiếng Thầy cắt ngang lời tụng ê a nho nhỏ của chú. Chú lật đật cất cuốn kinh rồi chạy xuống nhà bếp. Chú lăng xăng tiếp Thầy xếp những chén cơm nhỏ xíu vào mâm để bưng lên chánh điện. Công việc này là của chú. Chợt chú sực nhớ ly nước chưa kịp uống. Chú quýnh quáng định chạy đi, thế là tay áo vướng vào mâm, một cái chén rớt xuống bể tan tành. Thầy nhìn chú, hơi cau mày: "Con sao vậy?" "Dạ, con... con..." "Lượm lên đi, vô tủ lấy cái chén khác." Chú xịu mặt bước đi. Rồi Thầy sẽ phạt chú cho xem, vì chén này có nguyên bộ, khá đắt tiền, do một Phật tử ở Sài Gòn cúng dường. Nay lấy cái khác thay vào, sẽ kém đẹp, kém giá trị đi. Trong một lúc, chú quên mất ly nước của mình.

Tối nay, chú lại ngồi đóng chuông. Dùi chuông bằng gỗ dài, nặng, được treo trên những sợi dây, chú chỉ vịn vào rồi đẩy nhẹ cho đầu dùi chạm vào chiếc đại hồng chung. Mỗi tiếng chuông ngân lên, chú phải niệm một câu kệ.

Nhưng tối nay, chú nhấp nhổm ngồi không yên. Chú chờ Thầy gọi đến để nghe Thầy giảng về oai nghi của người tu hành, phải đi đứng khoan thai, cẩn thận, đàng hoàng, thanh thoát, vân vân và vân vân. Chú biết hết, đã học rồi, nhưng mà... có những lúc đành phải phạm lỗi như thế. Chú nghĩ ngợi, đến Thầy, đến ly nước, đến phẩm kinh đang tụng dở dang, đến giấc chiêm bao, và miệng vẫn ê a những câu kệ thuộc lòng... Nhưng mắt chú bắt đầu díp lại, nặng trịch. Mấy hôm nay chú thức quá nhiều. Chú cố mở mắt ra, cố đọc. Nhưng rồi không cố được nữa, chú gục xuống.

Thầy trong phòng, chợt nghe tiếng chuông vắng bặt. Chờ một hồi lâu, Thầy bước lên chánh điện. Chú điệu Quảng Tâm đang ngả đầu lên dùi chuông, cái trán cao thông minh sáng dìu dịu dưới ánh đèn từ bàn Phật chiếu xuống, chiếc áo nâu có một miếng vá trên vai không làm mất đi nét tròn trĩnh đáng yêu của cái lưng nhỏ bé. Thầy nhẹ nhàng đỡ lấy chú. Chú vẫn ngủ say. Thầy bồng chú lên, rời khỏi chánh điện. Đầu chú áp vào ngực Thầy, còn cánh tay Thầy quàng chặt chiếc lưng mềm của chú. Thầy nhẹ nhàng đặt chú xuống chiếc đơn, bên cạnh điệu Vũ cũng đang ngủ say sưa. Kéo cái mền đắp cho hai đứa, tấn lại mí mùng, xong Thầy trở về phòng mình.

Chú điệu Quảng Tâm vẫn ngủ, và rõ ràng trong giấc mơ của chú có một người đàn ông hiện ra. Nhưng người đó thoắt ẩn thoắt hiện. Và trong giấc mơ cứ chập chờn, chập chờn...

Ngoài hè, trăng đã lên cao, rất sáng, mà con chim đêm nào đó chừng vẫn lạc bầy hay sao mà kêu mãi miết...

BÓNG THỜI GIAN

Tết năm nay, vé xe tăng giá, chuyện làm ăn lại eo hẹp nên tôi định không về quê. Nhưng rồi vẫn về. Vì những bông cúc nở sao mà xốn xang. Tiếng còi xe nửa đêm sao mà thúc giục. Và một chút gió se se cuối mùa sao mà cô đơn...

Quê chẳng còn ai là họ hàng ngoài bà chị con của người dì ruột. Nhưng tôi cũng đâu có ở yên trong nhà chị. Thăm hết người láng giềng này tới người bạn học kia, rồi cô giáo, thầy giáo cũ... Hết véo ba ngày Tết lúc nào chẳng hay. Đi đâu cũng thấy nụ cười và những lời chúc xuân vồn vã, làm ấm lòng kẻ tha phương...

Còn một ngày cuối cùng, tôi chợt nhớ đến chùa Hội An. Tôi bảo anh xe lôi: "Ghé **giùm** chỗ này, tôi vẫn trả tiền nguyên cuốc xe cho anh." Nhìn tấm bảng trên chùa, trông lại bộ quần áo "thị thành" của tôi, anh xe lôi hơi ngỡ ngàng: "Chị quen ai trong đó?" "Tôi quen thầy trụ trì." "Thầy đi khỏi rồi chị ơi. Tôi mới chở ổng nè, chuyến về mới gặp chị đó." Tôi cụt hứng, rồi tặc lưỡi: "Thôi, vô thắp nhang một chút."

Anh xe lôi bỏ tôi xuống vệ đường, bên cạnh đám cỏ xanh um chen mấy chùm hoa nở tím ngát, không quên dặn với theo: "Đường mới đổ gạch lổm chổm, chị đi coi chừng trật chân." Tôi mỉm cười cám ơn.

Đường đổ gạch, nhưng chỉ một đoạn ngắn, chỗ có mấy căn nhà mới cất liền nhau màu vôi còn trắng tinh, ngói đỏ au và cửa gỗ hăng hăng mùi vec-ni. Đi khỏi quãng đó, cánh đồng hiện ra như cũ, quen thuộc đến nhức mắt. Lúa đông xuân chưa gặt, đang trĩu bông hườm hườm vàng, thả vào trong gió mùi thơm nhẹ mang hơi sữa. Cánh đồng không lớn lắm, lại bị cắt ngang bởi một hàng trâm bầu mát dịu. Hồi nhỏ, tôi và đám bạn đi mót lúa thường ngồi nghỉ chân dưới hàng trâm bầu, tay xốc cái thúng con, đọ xem đứa nào mót được nhiều nhất. Mười lăm năm sau, em trai tôi nằm nghỉ giấc ngàn thu nơi đó. Rặng trâm bầu kéo dài đến tận con mương giáp ranh với mảnh đất chùa dành làm nghĩa địa. Em tôi được sư ông cho nằm ở hàng ngoài cùng, chỉ cần tôi búng chân nhảy qua con mương là tới mộ của nó. Bóng trâm bầu cố vươn qua che một khoảng mát cho em. Má tôi đã về quê từ hôm rằm, dọn cỏ mộ sạch sẽ, rồi trở lên thành phố trông nhà cho tôi. Bây giờ tôi chỉ việc thắp nhang. Khói nhang bay lảng bảng vào bóng chiều, từng cuộn bị xé nhỏ ra, mỏng dần, mỏng dần, rồi mất hút vào ngọn gió đồng. Chỉ có lá lúa cọ vào nhau xào xạc. Nhẹ rơi vài lá trâm bầu vàng úa còn sót lại của mùa thu hiếm hoi phương Nam...

Tôi lại men theo bờ thửa, băng ngang đám ruộng trở vào con đường cũ. Đất được giậm bằng phẳng, xe đạp, xe honda tha hồ chạy. Màu đất nâu hóa trắng vì thời tiết mùa khô. Cái màu nâu trắng ấy uốn lượn vài lần rồi chui thẳng vào một vòm cây xanh thẫm. Trên đầu tôi chỉ thấy lá và lá, còn bên phải, bên trái lại nhấp nhô những hàng rào dâm bụt nở bung những cánh hoa đỏ tòn ten một chuỗi phấn vàng. Này là nhà bà Mười Gió, kế đến nhà ông Tư Hờn, chú Bảy Rết, bà Hai Hên.... Tôi nhẩm đếm những cái tên rất quen trước khi đặt chân lên chiếc cầu nhỏ. Đâu đó đã nghe vẳng tiếng chuông chùa.

Vâng, chỉ bước qua cây cầu thôi là thấy một thế giới khác. Bên đó, con đường thu hẹp lại, quanh co, nhấp nhô, khó đi, khó đứng. Bên đó, không còn nhà cửa san sát như bên này, mà chỉ có ngôi chùa nằm khuất sau cánh cổng gỗ nặng trịch. Tôi nhìn xuống chân cầu, nước trong xanh, chảy rất chậm, lác đác vài cánh hoa mai trôi theo, rung rung cái sắc vàng thay nắng chiều đang dần dần lặng xuống.

Tôi nâng cánh cổng một cách dễ dàng. Thì ra không có khóa. Con đường chạy từ cổng đến chùa đã được tráng xi măng. Tôi đi xuyên qua một cái sân rất rộng đủ cả kỳ hoa dị thảo của ngày ấu thơ. Một hàng bông trang hoa trắng, hoa đỏ đứng trang nghiêm sát đường. Và chen vào vài cây điệp hoa vàng vàng cam cam với cuống hoa ốm tong đưa thẳng lên trời như một cây tăm. Vậy chứ bông trang, bông điệp là thứ được dân trong xóm đến xin hoài. Cúng rằm, người ta cắt cành dài để cắm vào bình lớn. Cúng đầy tháng, thôi nôi, người ta cắt ngắn ngay cuống hoa rồi đặt vào 12 chiếc ly uống trà tượng trưng cho 12 bà mụ. Thậm chí, nhà có người vừa chết cũng xin bông trang về để bốn góc giường cho nhà sư tụng kinh. Sư ông chùa Hội An chăm chút đám bông trang, bông điệp này lắm, và hồi đó tôi thường thích thú hét vào tai ông: "Bà ngoại con xin mấy cái bông về cúng." Sư ông lãng tai, ngơ ngác hồi lâu rồi mỉm cười hiểu ra. Ông lui cui xuống bếp tìm con dao nhỏ xíu đưa cho tôi: "Con ra cắt đi. Khéo, đứt tay tới xương đó, dao bén lắm. Mà thôi, để ông cắt cho." Sư ông lụ khụ đi ra chỗ cây hoa thì tôi đã đủ thì giờ chạy biến ra hồ sen, lén lén bẻ trộm cái gương sen xanh nõn đầy những hột tròn nhú lên lấm tấm vài giọt nước trong vắt. Có lần tôi bẻ luôn một bông sen màu hồng tuyệt đẹp, giấu ở hàng rào, khi ra cổng thò tay vô lấy. Về nhà, tôi khoe bà ngoại: "Ngoại ơi, con đem về cúng Phật của mình." Ngoại tôi nổi giận: "Cúng Phật của mình mà ăn cắp của Phật trong chùa. Tội còn hơn!" Tôi hoảng hồn. Bây giờ, sen không có bông, cũng không có gương, vì đang là mùa xuân, chỉ có những chiếc lá tròn xanh vây quanh tượng Quán Thế Âm màu trắng.

Tiếng chuông thong thả ngân dài. Từ cánh cửa nhỏ của chánh điện, tôi đã trông thấy những ngọn đèn cầy lập lòe và một bóng áo nâu đứng cạnh chiếc đại hồng chung. Tiếng chuông rơi từ đôi tay nhỏ bé. Thì ra là một chú tiểu. Gương mặt hơi sạm đen ngẩng lên nhìn tôi, miệng không ngừng đọc bài kệ, nhưng đôi mắt long lanh như muốn hỏi: "Thí chủ có định thắp hương?" Tôi nhẹ khoát tay, ý bảo chú cứ đánh chuông, mặc tôi.

Tôi vòng ra sau nhà tổ, nơi hành lang sư ông thường mắc võng nằm cho mát. Chiếc võng đan bằng sợi chuối vừa chắc vừa mềm, sư ông lót thêm chiếc cà sa cũ để khỏi đau lưng. Cạnh đó là bếp lửa luôn luôn có cái ấm nhỏ xíu đen thui sư ông dùng từ hồi mới xuất gia. Ông nấu nước, pha trà một mình, không phiền đến ai. Nửa đêm đã thấy bếp lửa ánh hồng. Ban ngày thì bếp dành cho một chiếc nồi đất nấu cơm, mà mấy bà Phật tử mỗi lần mở vung ra lại kêu trời: "Sư ông ăn vầy sao mà chịu nổi!" Sư ông cười: "Sao lại không nổi!" Trên lớp cơm ngà ngà vì gạo chỉ là loại thường, có một miếng tàu hủ trắng được hấp cả ngày. Và một chai nước tương, một hũ muối tiêu. Vậy là xong bữa của sư ông. Mấy bà Phật tử rối rít về nhà làm món canh, món xào đem vô cúng dường, lại bị sư ông rầy: "Phiền các vị quá, tôi mất phước. Thôi đừng làm nữa." Cãi lời, sư ông giận.

Nhưng rồi đến lúc ông không còn giận được nữa. Đổ cháo, đổ sữa vào miệng, ông cũng không buồn rầy la. Ông ra đi trong tiếng chuông ngân một chiều mưa, hưởng thọ hơn 90 tuổi. Ngoại tôi, nếu còn sống, chắc đã khóc nhiều. Bà lớn hơn sư ông vài tuổi, nhưng quy y với ông mấy chục năm. Đám tang bà, sư ông chống gậy ra ngồi, cố tụng một thời kinh bát nhã. Tiếng kinh như bị nén giữa lồng ngực khô héo, chỉ thấy đôi môi già nua mấp máy theo từng nhịp mõ buồn buồn.

Chú tiểu đánh chuông đã xong, bước xuống **chắp** tay chào tôi. Tôi hỏi: "Thầy đi chừng nào về vậy chú?" "Dạ chắc tới tối. Cô ngồi chơi, đợi thầy." "Không, một lát tôi đi. Thầy có về nhờ chú nói **giùm**." Chú tiểu hỏi tên tôi rồi lẩm nhẩm nhắc lại hai lần như sợ quên. "Chắc chú mới vào chùa?" "Dạ, cũng gần hai năm." Tôi giật mình. Năm ngoái mình ăn Tết ở đâu? Tôi chớp mắt nhìn sang phương trượng, nơi ngày xưa sư ông ở, bây giờ là thầy trụ trì. "Thầy có mập lên chút nào không chú?", tôi hỏi. Chú tiểu toét miệng cười: "Trời, thầy có mà tết Công-gô mới mập cô ơi!" Rồi chú hoảng hốt bụm miệng vì chợt nhớ mình ăn nói không đúng oai nghi. Tôi cũng phì cười: "Chú có đi học không? Lớp mấy rồi?" "Dạ, lớp bốn." Tôi tưởng tượng cái áo nâu này đang đá banh, đá cầu trong sân trường, đang vật nhau với lũ bạn. Con nít thì cứ là con nít.

Chú tiểu đứng dậy bật công tắc điện. Ánh sáng yếu ớt tỏa ra từ chiếc đèn néon sáu tấc đã ố vàng, soi nhập nhòa bức tranh vẽ Tổ Bồ Đề Đạt Ma vác gậy trên vai có một chiếc giày treo lủng lẳng. Tôi buột miệng: "Chú ở đây buồn không?" Đôi mắt tròn xoe ngẩng lên. "Dạ không." "Chỉ có thầy với chú thôi à?" "Dạ." Tôi lẩm bẩm: "Cũng như ngày xưa, chỉ có sư ông và thầy..." Chú tiểu nhìn tôi trân trân, có lẽ không hiểu tôi nói gì...

Con đường từ chùa ra cổng dường như dài hơn. Tôi chầm chậm bước qua hàng bông trang, bông điệp, len lén hít vào lòng hương của những bông sứ trắng và cố níu giữ lấy mùi thơm của những luống vạn thọ đang nở hoa. Chợt ngoái lại phía sau, tôi thấy chú tiểu vẫn đứng nơi ngạch cửa nhìn theo. Chiếc áo nâu nhỏ nhắn nhòa vào bóng đêm đang buông xuống. Rồi chú sẽ lớn, thầy sẽ già như sư ông... Còn tôi, không biết có quay về?...

CÚNG PHẬT

Mẹ vừa đi dạy về đã buông phịch chiếc cặp xuống, la lên:

- Thôi chết rồi, mẹ quên mua hoa cúng Phật.

Hai chị em Huệ, Hạnh ngồi gần đó, ngẩng lên phì cười:

- Ôi, tưởng gì, mẹ làm con hết hồn!

Mẹ liếc hai đứa:

- Các con quên sao, mai là ngày rằm.

- Ờ há...

Hôm nay lớp của mẹ được tổ chuyên môn và cô Hiệu trưởng đến dự giờ, chuẩn bị hội thi giáo viên giỏi nên mẹ chú tâm, lo lắng nhiều đến nỗi quên cả mua hoa cúng Phật. Hạnh nghĩ thế. Và bây giờ thì vừa thay áo xong mẹ đã lăng xăng quét dọn bàn thờ. Mẹ lấy khăn nhúng nước lau chiếc khung kính có lồng bức vẽ Phật Thích Ca Mâu Ni ngồi kiết già dưới gốc cây bồ đề, đầu tỏa sáng những vòng hào quang. Lớp bụi được lau đi càng làm bức vẽ sáng bừng lên, tươi vui. Rồi mẹ cẩn thận nhấc ba cái chung bằng sứ nhỏ xíu đặt trước tượng Phật, để vào chiếc thau đầy nước, chùi rửa sạch lớp cặn trà đóng vàng xung quanh. Mẹ làm tất cả những công việc này với dáng nhuần nhuyễn, quen tay, mà vẫn gượng nhẹ, nghiêm trang, thành kính. Huệ xuống bếp vo gạo bắc lên lò xô, còn Hạnh ngồi chống cằm nhìn mẹ.

- Mẹ ơi, tại sao lại cúng Phật bằng hoa? Cúng xôi chè, cúng xoài chuối Phật mới ăn được chớ mẹ!

Mẹ cười:

- Phật đâu có ăn, con! Cúng là dâng tấm lòng tưởng nhớ,

tôn kính của mình lên Phật. Còn cúng hoa vì hoa tượng trưng cho những gì tốt đẹp, trong sáng, tinh khiết.

Hạnh nhìn lên bàn thờ, ở góc bên trái, bình hoa đã héo khô, mấy bông sen rũ xuống trở màu tím xám, vài cánh cong lên khô giòn dưới sức nóng của mái tole. Mẹ bưng bình hoa chuyển xuống cho Hạnh.

- Con đem ra nhà sau. Lát nữa mẹ cắm hoa mới vào.

Hạnh buộc miệng:

- Mẹ ơi, hay là con đi chợ mua hoa giùm mẹ nghen!

Mẹ nhìn Hạnh:

- Ừ, cũng được.

Từ đây xuống chợ chỉ cách hai mươi căn nhà, Hạnh vẫn đi mua chanh, ớt giúp mẹ. Chỉ có điều, Hạnh chưa mua hoa lần nào.

- Cô Điệp quen với mẹ, con nói cô lựa cho một bó thật tươi. Cúng Phật phải cúng hoa tươi con à.

Huệ chạy lên nhắc em:

- Nhớ đó, hôm nọ chị mua nhầm bó hoa không đẹp lắm, bị mẹ la một trận.

Hạnh hớn hở cầm tiền chạy đi. Cô bé tưởng tượng lúc ôm bó hoa, hương thơm cứ xông vào mũi, thật là dễ chịu. Hạnh thích tất cả các thứ hoa. Nhưng không biết cô Điệp sẽ chọn cho Hạnh thứ nào đây?

Xuống tới chợ, eo ơi, người ta bu đầy xung quanh cô Điệp. Cô vừa mang ra rất nhiều hoa đẹp mới cắt từ vườn. Công nhân viên chức tan ca nên chợ chiều thường rất đông. Một số chủ hoa khác cũng bán thật đắt. Người ta lượn qua, lượn lại, trả giá, chọn lựa... vui làm sao! Hạnh cũng cố len vào dòng người...

Bỗng cô bé nghe từ phía sau mình một giọng nói yếu ớt:

- Mua đi cô, tôi bán rẻ cho.

Hạnh quay lại. Một bà lão đang mời khách mua hoa. Bà ngồi cách cô Điệp hai gian, mấy bó vạn thọ cắm trong cái xô nhựa nhỏ xíu, không như cô Điệp chất đầy hoa lên bục gỗ trước mặt, vừa lèn chặt vào một xô to để sau lưng. Thế mà xem chừng cô vẫn không đủ bán. Còn hàng của bà lão thì không ai ngó ngàng tới. Một thím đi ngang vạch vạch những búp vạn thọ, lắc đầu:

- Nở quá, chưng mau tàn.

Rồi bỏ đi. Bà lão đau đáu nhìn theo. Đôi mắt bà mờ đục gần như bị che sụp bởi mi mắt già nua chảy xuống nhăn nheo. Khóe miệng mấp máy như muốn thốt thêm một lời năn nỉ, nước cốt trầu khô khốc in một vệt đỏ sậm cũng nhăn nheo, hằn gãy. Bà đưa bàn tay run run sửa lại bó vạn thọ vừa ngả nghiêng dưới tay thím kia. Những nụ hoa cố bung ra dâng hết màu vàng rực rỡ trong ánh nắng chiều, nhưng những chiếc lá thì đã không còn xanh thắm.

Hạnh nhìn sững bà lão. Đúng lúc ấy, bà ngẩng lên. Thấy cô bé, bà nở nụ cười như mếu vì cái miệng móm mém chẳng còn răng.

- Mua bông đi cháu, bà bán rẻ cho.

Hạnh bước tới. Bà lão rút bó vạn thọ lên, những giọt nước chảy xuống chiếc xô mang theo màu nâu của đất dính trong chùm rễ cây.

- Cháu coi đi, bông còn đẹp lắm, mua giùm bà.

- Bao nhiêu vậy bà?

- Một ngàn đồng một bó. Bà bán vốn cho cháu.

Hạnh tần ngần cầm bó vạn thọ. Trong xô chỉ còn một

bó nữa thôi, hình như cũng không đẹp gì hơn bó này, Hạnh không lựa được đâu. Cô bé bỗng buộc miệng:

- Sao bà lại đi bán hoa hở bà?

Bà cụ ngơ ngác nhìn Hạnh. Rồi bà cười, vẫn nụ cười như mếu.

- Bà bán từ hồi còn trẻ cháu à. Bây giờ nghèo quá không có vốn nên bán lẻ tẻ vài bó, chớ bà biết làm nghề gì.

- Lời nhiều không bà?

Bà lắc đầu:

- Mỗi bó lời hai, ba trăm, mà bán không hết, qua bữa sau coi như bỏ, lại lỗ cả ngàn đồng.

- Qua bữa sau hoa vẫn chưa héo mà bà.

- Ờ, nhưng khách không chịu mua.

- Chừng nào bà mới về?

- Thì chừng nào bà bán xong bó này.

Bà nâng niu bó hoa còn lại trong đôi tay khẳng khiu. Một vài chiếc lá bắt đầu mềm oặt đi. Màu vàng như nhức nhối trong ánh nắng tàn gay gắt của ngày. Hạnh cầm hết hai bó hoa.

- Cháu mua luôn bà ạ.

Cô bé đưa tờ giấy hai ngàn đồng. Bà cụ lính quýnh cầm lấy.

Hai bàn tay bà run run quấn sợi dây chuối quanh hai bó vạn thọ, hồi lâu mới buộc được cái gút cho chặt. Và bà đưa bó hoa cho Hạnh bằng cả hai tay như sợ làm đau những cánh hoa.

- Cẩn thận nghen cháu. **Người đi chợ đông quá, họ đụng** vô.

- Dạ.

Hạnh quày quả đi về, và cô bé cũng cầm bó vạn thọ bằng cả hai bàn tay, cố tránh những người đi chợ như cứ chực tông vào những nụ hoa.

Đến cửa nhà, Hạnh bỗng sực nhớ lời mẹ: "Cúng Phật bằng hoa tươi nghen con." Hạnh giật mình nhìn xuống bó hoa. Ôi, sao bây giờ trông nó thảm thương quá? Nhiều cánh đã có một đường viền úa mờ mờ. Mấy chiếc lá rũ vào tay Hạnh như không còn sức sống. Hạnh hốt hoảng. Như một phản xạ, cô bé giấu phắt bó hoa ra sau lưng. Mẹ đâu rồi? Hạnh rón rén bước và mắt dớn dác tìm mẹ. Bàn thờ đã lau dọn sạch sẽ, chiếc cặp của mẹ vẫn còn để trên bàn. Không thấy mẹ, Hạnh chạy ù ra sau bếp. Chị Huệ đang lui cui chiên trứng.

- Dì Sáu nhờ mẹ qua cạo gió. Dì bị cảm.

Chị Huệ trả lời. Hạnh thở phào. Cô bé lao đến bên chiếc bình hoa đặt cạnh hồ nước, lật đật súc bình thật sạch và cắm hoa vào.

- Ủa. Chị Huệ tròn mắt suýt quên chảo trứng trên bếp. Bữa nay biết cắm hoa cúng Phật? Giỏi dữ vậy!

Hạnh lẳng lặng bưng bình hoa ra nhà trước. Bàn thờ cao quá. Cô bé kéo cái ghế đến, nín thở nhấc cái bình nặng trịch. Phào, cái bình đã ở đúng vị trí quen thuộc bên trái bàn thờ.

Hạnh bước xuống, dẹp cái ghế, đứng ngắm bình hoa. Chắc chắn là mẹ sẽ không phát hiện ra đâu, vì mẹ về thì có lẽ trời cũng nhá nhem tối, không nhìn rõ nữa. Hạnh thở khì một cái như trút hết bao nỗi lo lắng từ nãy đến giờ.

Nhưng khi mắt Hạnh chạm phải bức hình Phật thì lòng cô bé chợt xịu xuống. Hạnh cảm thấy có lỗi vì đã không chọn được bó hoa thật tươi, thật đẹp, thật tinh khiết dâng lên Phật. Người ta ra chợ đem về những cánh sen mơn mởn hồng, những búp huệ trắng muốt thơm lừng, những cành lay-ơn đỏ thắm, quý phái... Vậy mà chỉ có mình Hạnh đem về bó hoa sắp héo úa, giỏi lắm là chiều mai nó sẽ gục xuống. Bàn thờ sẽ xấu xí, Phật không còn được ngắm những sắc màu rạng rỡ, ngửi được hương thơm dịu dàng của hoa... Chắc Phật sẽ giận, sẽ quở phạt Hạnh cho xem. Ôi, xin Phật tha lỗi cho con, lần sau con sẽ mua hoa thật tươi cúng Phật!

Hạnh len lén nhìn bức hình Phật lần nữa. Vòng hào quang vẫn lấp lánh ngũ sắc, cội bồ đề vẫn đứng vững chãi dưới những đám mây huyền diệu... Ơ mà lạ kìa, hình như Phật đang mỉm cười! Hạnh dụi mắt. Phật cười thật, Phật đang cười với Hạnh. Khuôn mặt từ bi không hề có một chút giận hờn trách móc. Và màu áo cà sa của Phật bỗng vàng rực lên, sao mà giống màu hoa vạn thọ...

*Giải khuyến khích
cuộc thi truyện ngắn
báo Giác Ngộ 1997*

THẦY TRỤ TRÌ

Cái tin chùa Long Sơn có thầy trụ trì mới về chẳng làm dân trong xã ngạc nhiên chút nào. Đây là vị trụ trì thứ ba trong vòng ba năm. Dân nói với nhau: "Rồi thầy cũng đi thôi. Đất này, chùa có 'huông' rồi, linh lắm, không ai ở được."

Chỉ có điều lạ là, thầy trụ trì về mà không có lễ "tấn phong" rình rang như trước, không có mặt chư Tăng Ni chứng minh như trước. Một buổi trưa, người ta thấy một bóng áo nâu lấm bụi đường, khuôn mặt ẩn sau vành nón rộng, tay nải oằn nặng trên vai, còn tay kia xách một bịch nylon thấy rõ những cuốn sách nằm xếp lớp bên trong. Con đường làng uốn lượn qua những khóm tre, khóm trúc, bóng xoài, bóng nhãn, nắng chấp chới trên chiếc áo nâu như một lời chào không rõ thân tình hay đùa nghịch.

Thầy về hôm trước, hôm sau đã nghe tiếng mõ công phu đều đều. Bà Tư Bèo nhà giáp đất chùa là người làm công quả đầu tiên. Không phải tốt gì lắm, mà do bà vốn quen qua vườn chùa hái đọt nhãn lồng về sắc cho ông chồng uống trị bệnh tim. Lúc chùa không có ai thì bà qua hái thoải mái, giờ có mặt thầy, không lẽ nín thinh không chào một tiếng, coi sao đặng. Rồi bà đon đả: "Thầy có làm gì tui làm tiếp cho thầy." Thầy cười nhẹ: "Dạ, cũng chưa có việc gì. À mà dì Tư có đi chợ tôi gởi mua giùm chai nước tương." "Mèn ơi, vô tình quá. Thầy về hèn lâu mà hổng thấy thầy đi chợ. Rồi thầy ăn gì ha?"

"Hồi về tôi có đem theo tương chao, để phòng chợ xa. Bây giờ ăn hết rồi." Bà Tư mau mắn: "Được, được, thầy đừng lo." Bà chạy về nhà đem qua "cúng dường" liền một chén nước tương, thứ nước tương lẻ bán đong lít, đong xị, không ngon bằng tàu vị yểu nhưng lại đậm đà mùi đậu nguyên chất.

Từ đó bà Tư lui tới thường xuyên, giúp đỡ thầy phá dọn mảnh vườn đầy cỏ dại để trồng mấy thứ rau quả ăn dần. Thầy cuốc đất, lên liếp rồi gieo hạt đậu đũa, cà chua, xà lách, cải ngọt, bầu bí, mồng tơi... Lại thêm một luống vạn thọ để cắt hoa cúng Phật và nạo vét cái ao nhỏ gây lại giống sen. Bà Tư nhìn thầy làm mà chắt lưỡi: "Tui coi bộ tướng thầy y như thầy giáo. Hổng biết trụ được bao lâu!" Nói rồi bà biết mình lỡ lời nên hoảng hồn bụm miệng. Nhưng thầy chỉ cười: "Trụ được một ngày biết được một ngày." Bà Tư nhìn gương mặt trẻ trung của thầy, chợt thấy vừa lo lắng vừa bực bội không diễn tả được. Bà phủi đít đứng dậy đi về nhà, bỏ quên luôn con dao làm cỏ.

Thấm thoát, cà ra trái đỏ rực vườn chùa, đậu cũng lúc lỉu đầy giàn, và rau cải xanh um, bí bầu mơn mởn... Thầy ăn một mình không hết, cứ gọi xóm giềng đến cho. Riết rồi vườn chùa là của chung, ai muốn ăn gì cứ vô hái, chỉ cần nói: "Thầy ơi, cho con xin..." Hái xong, lấy thùng xuống mương xách nước quơ dùm thầy một vòng. Có hôm, chị Hai Ánh hái luôn cả thúng rau trái đem ra chợ bán, mua về tàu hủ, nước tương, chao, đường, bột ngọt... chất đầy bếp chùa. Chị không quên cái túm cà phê nhỏ để thầy tỉnh táo mà thức công phu. Chị còn kêu thằng con trai 17 tuổi của chị: "Đông, mày mạnh tay qua cuốc giùm thầy cái liếp cải coi." Đông khà khà: "Làm giùm rồi thầy có đãi tui nhậu không? Từ hôm thầy về tới giờ chưa chịu liên hoan."

Chị Hai nhớ lại vị trụ trì thứ hai, rất trẻ và cởi mở, cứ thù tiếp với cán bộ và thanh niên trong xã như bạn bè. Nhưng rồi không hiểu sao thầy cũng khăn gói ra đi. Chị quát thằng Đông, không cho nó nói bậy, nhưng trong lòng chị than thầm: "Chẳng biết ra sao..."

Sáu Kình công an ấp tới thăm chùa một buổi chiều, tay xách chai rượu thuốc vàng sậm. Cùng đi, có anh Năm Tân trưởng ban văn hóa thông tin xã. Năm Tân nức nở khen khu vườn chùa gọn gàng, sạch đẹp. Sáu Kình lại phẩy tay: "Tôi chỉ cám ơn thầy ở chỗ thầy làm quang đãng cho tụi ăn trộm không còn chỗ núp. Cả năm nay chùa hoang, vườn hoang, quản lý mệt quá. Thôi vô một ly nghen thầy." Thầy nhỏ nhẹ: "Anh cảm phiền, tôi không biết uống rượu. Để tôi dọn cơm chay mời mấy anh ăn cho vui. Lâu lâu ăn cực với chùa một bữa nghen." "Ăn cực cũng đâu có sao. Nhưng thầy phải uống với tôi mới vui. Ông thầy trước hòa đồng lắm." "Dạ thôi, mấy anh cứ uống tự nhiên, còn tôi uống trà đá được rồi."

Bữa cơm đâm ra mất hào hứng. Sáu Kình uống vô hai ly nhỏ rồi nhìn thầy chăm chăm: "Tui hỏi thiệt thầy nghen, thầy đẹp trai quá mà đi tu chi uổng vậy?" Thầy cười mỉm mỉm: "Lúc tám, chín tuổi tôi đã nhận ra mình ở trong chùa. Cha mẹ đâu chẳng rõ. Đến lớn, khi bắt đầu nhận thức được, tôi thấy yêu mến con đường Phật giáo nên tu luôn." "Hà hà, thầy coi chừng mấy con nhỏ trong xóm đó nghen." "Mô Phật, anh nói nghe kỳ quá!" Sáu Kình cười ngất: "Giỡn mà. Nhưng tôi cũng cầu trời cho thầy ở đây lâu hơn mấy ông kia..." Thầy lẳng lặng nhìn ra vườn chùa, nơi có những hoa cà đang ẩn trong lòng nó một trái nhỏ con con. Ráng chiều vàng rực bao lấy những cánh hoa tim tím dịu dàng.

Sân chùa trở thành nơi tụ tập của tụi con nít. Vị trụ trì đầu tiên có công lót gạch tàu hết khoảng sân rộng. Ông còn bắt tay xây lại nhà tổ rất quy mô. Nhưng hễ ai vào chùa mà không ý tứ giữ sạch sẽ hoặc nói năng không cẩn trọng liền bị ông quở. Nhưng sau đó ông lại ngồi than: "Ở các vùng quê,

Phật tử chẳng được học hành giáo lý gì hết, khó mà hoằng pháp." Ông thường xuyên rút vào phòng nghiên cứu kinh sách. Các Phật tử nhìn những cuốn từ điển dày cộp của ông, những bộ kinh hàng chục cuốn bao bìa mạ vàng cất trong tủ kính mà lắc đầu thán phục.

Tuy nhiên, chẳng bao lâu, ông bỏ đi, để lại ngôi nhà tổ đang cất dở dang. Đến khi vị trụ trì thứ ba về, chính là thầy, nhà tổ vẫn chưa trùng tu xong. Nhưng thầy chỉ tận dụng những tấm tôn cũ còn xài được, đem lên lợp, cốt sao tránh được mưa nắng. Duy cái sân gạch, thầy quét dọn sạch sẽ và cho phép đám trẻ con vào chơi. Thầy chỉ dặn: "Các con đừng ngắt bông, để dành cúng Phật, Phật sẽ thương cho các con học giỏi. Giờ trưa thì về nhà để yên tịnh cho thầy nghỉ ngơi." Tụi nhỏ dạ rân.

Một hôm, con bé Thảo cháu bà Ba Lý rụt rè hỏi: "Thầy ơi, con hổng có đi học rồi làm sao Phật thương cho con học giỏi." Nhà con bé nghèo quá, cả đám anh chị em đẻ năm một lít nhít, ăn còn không đủ, lấy tiền đâu đi học. Thầy vuốt tóc nó: "Thôi, mỗi bữa con đến đây thầy dạy cho." Bữa nào bé Thảo cũng ẵm em tới sân chùa chơi với tụi bạn trong xóm, nhưng từ đó thay vì chơi suốt, nó dành ra một tiếng đồng hồ học chữ với thầy. Thầy cho nó cả tập, viết, thước kẻ... Nó mừng lắm, cưng cuốn tập như cưng vàng.

Lũ trẻ thấy bé Thảo học, cũng ngưng ngang cuộc chơi, đứng ngó. Trong đám ấy, rất nhiều đứa không được đến trường. Vậy là, tụi nó về nhà kể với ba má, xin học với thầy. Sân chùa thành "lớp tình thương" khiến ông chủ tịch ấp cảm ơn rối rít. Thầy dành dụm tiền bán đậu, bán cà mua tập viết cho lũ trẻ. Đổi lại, tụi nhỏ cứ quấn quít bên thầy, quét sân, lau chùa, phơi củi như một bầy con. Lâu dần, bớt nghe tụi nó chửi thề, đánh lộn. Bà Tư Bèo nói: "Ông thầy có phép gì mà khiến được đám lâu la này vậy cà?"

Sân chùa còn vang tiếng hát ca của đám thanh niên trong xóm. Cái hôm gần đến lễ Quốc khánh, xã có chuẩn bị hội diễn văn nghệ, thầy kêu thằng Đông: "Em có đăng ký hát không? Rủ bạn bè sinh hoạt văn nghệ cho vui. Qua sân chùa mà tập cho rộng rãi." Đông liền kéo đám bạn vô chùa. Lần đó, ấp 3 của Đông được giải nhì, tụi nhỏ rinh nguyên nồi chè vô liên hoan với thầy và gọi đùa đây là "nhà văn hóa."

●

Nhưng cơn lũ đã ào tới phá vỡ sự bình yên của cái xã heo hút. Sân chùa vắng ngắt, chỉ có lũ chim trên cành me kêu ríu ran nhớ nắng, nhớ tiếng cười của bầy trẻ nhỏ. Mỗi tối, thầy tụng kinh một mình, chuông mõ như cũng ngóng theo từng con nước lên. Dân trong xã nháo nhác chạy đi tìm đường tránh lũ. Chủ tịch xã quyết định đắp đê bao cứu lúa. Hy vọng vớt vát được phần nào, chứ không mất trắng như cơn lũ năm rồi.

Dân trong xã ủng hộ quyết định này, ùn ùn kéo đi như những ngày đắp đê làm thủy lợi. Tờ mờ sáng đã thấy dòng người đổ ra đồng, xếp dài theo những tuyến kinh, nơi mà con nước sẵn sàng phá vỡ để tràn vào gây họa. Kẻ cầm leng móc đất, kẻ đứng đóng cừ tràm, các dì các chị thì lấy bao khiêng đất. Tiếng đất thảy nghe bình bịch, tiếng nước sôi réo đằng sau bờ đê... Mặt mũi ai nấy lấm lem hiện rõ dần trong ánh ban mai. Trong đó có một tà áo nâu bết bùn và một gương mặt lấm chấm sinh non ẩn dưới vành nón lá. Chị Hai Ánh xách ấm nước đi tới, rót ra một ly: "Thầy uống đi thầy, rồi nghỉ mệt chút." Mấy người đứng gần đó liền phụ họa: "Ừ, thầy nghỉ tay đi. Tội nghiệp, thầy ăn chay ăn lạt, sức đâu làm như tụi tui."

Thì ra có mặt thầy trụ trì chùa Long Sơn trong đám người đi cứu lúa. Thầy lắc đầu, mặt đỏ hồng dưới ánh nắng: "Dạ cô bác yên tâm, tôi chưa mệt đâu mà..." Bà Tư Bèo chợt vỗ đùi cái đét: "Tui nhớ ra rồi, niệm Quán Thế Âm Bồ Tát thì đỡ mệt hơn, như hồi mình leo núi Sam vậy mà. Nam mô..." Nghe giọng bà Tư niệm Phật, ai nấy không nhịn được, cười ồ lên. Phút chốc mà con đê đã vượt khỏi mực nước rất xa, chỉ thấy những con sóng tức tối vỗ bên kia bờ đất, đục ngầu những con mắt bọt nhìn theo đám người thở phào sau mấy ngày vất vả...

Thầy Long Sơn khẽ cúi xuống nâng một bông lúa bị chân ai đó vô tình **giẫm** lên. Bông lúa ửng vàng trong đôi mắt thầy rưng rưng...

●

*L*ần đầu tiên chùa Long Sơn tổ chức lễ Phật Đản vui như vậy. Trước đó, chú Bảy Kiên Chủ tịch xã vô chơi với thầy, nhắc thầy sao "im re" "Tôi đi họp, thấy mấy chùa kia xin phép tổ chức lễ, gởi thư mời ì xèo lắm, còn thầy có định làm gì không? Hay là tôi cho mấy đứa bên văn hóa thông tin vô tiếp thầy dán băng-rôn? Ờ, thầy về đây lâu quá mà hổng thấy thuyết pháp gì hết, thôi kỳ lễ này thầy lên giảng sơ sơ cho dân nghe. Tôi cũng muốn chùa làm lễ xôm xôm một chút, mừng bà con mình thoát lũ."

Thầy mỉm cười cảm ơn chú Bảy. Chú đi quanh quanh ra sân chùa, thích thú khen đám kiểng non thầy mới gầy dựng. "Tôi cũng ưng các hoạt động văn hóa như vầy, kẻo người ta nói xứ mình khô cằn. Thầy ơi, bữa nào rảnh thầy chỉ tôi uốn kiểng nghen." "Được mà, chỉ sợ chú không rảnh việc nước đó thôi." Chú Bảy lắc đầu: "Công việc thì làm hoài hổng hết, hễ muốn chơi thì chơi chớ biết chừng nào mới rảnh hả thầy - Chú sực nhớ - À, còn lớp học tình thương của thầy nữa, tôi đã xin được một mớ tập viết cho tụi nhỏ, tiếp tay với thầy. Vài bữa tôi cho người đem vô. Thầy có khó khăn gì không, cứ nói tôi liệu tiếp được phần nào thì tiếp." Thầy cười: "Bây giờ chưa thấy khó gì hết!" Chú Bảy thủ thỉ: "Xã mình nghèo quá, thôi thì thầy chung lo với tụi tôi. Coi bộ thầy ở đây 'hợp' à nghen. Vậy mà mấy người trong xã cứ đồn chùa này có huông, tôi không tin."

Chú Bảy ra về, bắt tay thầy thân mật, không quên cầm theo "quà tặng" của thầy là một rổ cà chua đỏ hồng hoàn toàn không xịt thuốc sâu và phân hóa học.

Tiếng trống Bát nhã vang lên ấm cả một quãng đồng. Tiếng đại hồng chung ngân nga rơi trên những cành lá xanh mướt... Buổi lễ Phật Đản tuy đơn sơ nhưng long trọng và chan hòa tình cảm giữa mái chùa cùng thôn xóm. Sau các nghi thức lễ, mọi người ngồi quây quần trong chánh điện, thầy ngồi giữa, thuyết pháp đúng 30 phút, đề tài Từ Bi. Giọng thầy trầm trầm, lời lẽ giản dị, vậy mà ai nấy cứ xuýt xoa: "Mèn ơi, thầy giảng hay quá mà thầy giấu nghề!" Khói nhang bay quấn lấy những gương mặt dãi dầu mưa nắng nhưng chất phác, chân thành. Trên cao, Đức Phật đang nhìn xuống với một nụ cười hiền hậu. Và trong tay Phật, có một cành sen không lời.

●

SẺ CHIA

Chị Tám nằm nghiêng vào vách, cố ngăn những giọt nước mắt trào ra. Suốt đêm chị không ngủ được, tai nghe tiếng con thần lằn tặc lưỡi mà tưởng như tiếng than thở của chính mình. Chị không ngờ mình ăn hiền ở lành như thế, cố gắng chu toàn bổn phận làm vợ, làm mẹ, làm dâu như thế, mà bây giờ "người ta" lại phản bội chị. Trời ơi, hai tiếng "phản bội" làm lòng chị đau như cắt. Rồi chị khóc. Khóc tự lúc nào không hay... Thôi, không kềm nén được nữa, những giọt nước mắt cứ lăn dài, lăn dài xuống chiếc gối mà chị đã nằm suốt bao nhiêu năm hạnh phúc...

"Người ta" đây là anh Tám, người chồng chị rất mực yêu thương. Hồi mới cưới nhau, nhà nghèo, cha mẹ già, chị cùng anh chịu đựng vất vả, làm lụng đầu tắt mặt tối để xây dựng cơ ngơi. Chị hy sinh hết cho chồng con được sung sướng. Chị chỉ có một niềm vui duy nhất là được quỳ dưới chân Đức Phật lễ lạy hằng đêm, xin Ngài gia hộ, và nguyện tu sửa thân tâm xứng đáng với lời dạy của Ngài. Ánh mắt từ bi của Đức Phật hòa cùng khói hương trầm làm chị cảm thấy nhẹ nhõm, an lạc, để tiếp tục chịu đựng thêm một ngày vất vả nữa.

Một ngày, lại một ngày... Bao nhiêu năm đã trôi qua... Giờ đây gia đình đã vượt cơn khó khăn, đã tạm gọi là ổn định. Chị có thể rảnh rang đôi chút để đi chùa, làm công quả, nghe kinh, tạ ơn Trời Phật. Chị vui với cảnh thiền môn thanh tịnh hơn là những thú chơi đùa bên ngoài. Mỗi lần đi chùa về, thấm nhuần giáo pháp của Đức Phật, chị lại thấy yêu thương mái gia đình của mình hơn, càng muốn cư xử hòa ái, muốn làm những điều tốt đẹp, tận tụy cho chồng con được hạnh phúc. Đó là bổn phận của người Phật tử tại gia mà chị được học và muốn thực hành ngay trong đời sống của mình. Với xóm giềng, chị cũng hết mực tử tế, giúp đỡ. Cả xóm đều khen chị và cầu mong cho chị được hưởng phước lành xứng đáng với tấm lòng của chị.

Chị cũng thấy mình "có phước", tuy nghèo khó buổi ban đầu nhưng bù lại có được người chồng cần cù, lương thiện. Anh Tám không ham mê rượu chè, cờ bạc như phần lớn những người đàn ông ở nông thôn. Người ta đi làm về mệt, quanh quẩn ở quê đâu có gì vui chơi giải trí, thế là chỉ còn cách sà vào bàn rượu uống ít ly đế giải sầu. Rồi buồn buồn cầm lá bài lên chơi, cũng trôi qua ngày tháng. Nhưng anh Tám thì không. Hết đi đồng thăm lúa, lại về nhà tẩn mẩn đóng lại chuồng gà chuồng vịt, sửa bàn sửa ghế cho vợ con, hoặc chăm sóc cha mẹ già. Rảnh lắm thì anh ngồi nựng con, làm trâu cho nó cỡi. Thằng con lớn bộn rồi mà vẫn leo lên lưng ba. Hai cha con "nghé ọ, nghé ọ" vang nhà. Lúc đó, chị Tám nghĩ, mình có chết vì anh mình cũng vui lòng.

Vậy mà, không ngờ cái cảnh đầm ấm đó nay đã vỡ tan như bọt bong bóng trời mưa. Chị Tám ngồi dậy, nhìn qua khung cửa sổ, nơi màn mưa đang giăng kín trời đêm. Mưa không lớn mà tí tách tí tách buồn thúi ruột. Mưa như vậy thường nổi lên rất nhiều bong bóng. Bong bóng phập phồng trôi dưới thềm gạch, rồi vỡ ra không một tiếng vang. Cũng như hạnh phúc của chị vỡ ra không một tiếng vang. Cái tin anh Tám có vợ bé lọt vào tai chị, chị cứ tưởng chuyện đùa. Đến lúc chị hỏi anh, anh thú thiệt mà chị vẫn không tin. Khi chị thực sự tin rồi, chị vẫn nghĩ đó là một giấc chiêm bao. Giấc chiêm bao của đời chị. Chị đã ngủ ngay trên chính hạnh phúc của mình. Giờ tỉnh dậy, hạnh phúc tan biến, chỉ còn lại nỗi luyến tiếc, khổ đau.

Nước mắt khô lại thành một dòng căng căng trên má, chị cũng không buồn lau. Chị bước xuống giường, bất giác đi về phía bàn thờ Phật. Từ ngày đó chị đã không còn ngủ chung với anh Tám, nên những đêm chị thức trăn trở cũng không làm phiền ai. Ban ngày chị vẫn giữ mọi nếp sinh hoạt cũ, vẫn tận tụy lo lắng cho anh Tám như không có gì xảy ra. Nhưng ban đêm, chị mới để cho nước mắt của mình tuôn rơi, và thường quỳ dưới chân tượng Phật như tìm một nơi nương tựa, chở che.

Đêm nay cũng vậy, chị thắp ba cây hương, cắm lên, rồi quỳ phục xuống, lòng trống rỗng, mệt mỏi, không niệm được câu nào, không suy nghĩ được điều gì. Rất lâu, chị ngước mắt lên nhìn ảnh Phật. Dưới ngọn đèn mờ mờ, gương mặt Phật vẫn sáng ngời một ánh sáng từ bi, hỷ xả. Vẫn nụ cười như là không cười, nhưng hé mở một niềm an lạc vô biên. Chị Tám nhìn mãi nụ cười ấy, cho đến lúc chị nghe thoang thoảng mùi hương của hoa sen, chị mới giật mình. Trời ơi, bình hoa trên bàn thờ đã héo khô mà chị quên thay. Những ngày này, tâm trí chị cứ đảo điên như thế nào ấy.

Chị với tay cầm cái bình xuống. Những bông sen héo rũ, xám xịt một màu buồn bã. Nhưng lạ kỳ chưa, hương sen sao mà cứ phảng phất không rời. Ngón tay chị Tám mân mê cái búp sen thon thả xinh xinh như hai bàn tay chắp vào nhau. Tuy giờ đã nhũn ra, nhưng dáng của nó vẫn dễ thương quá. Và khi ngón tay chị Tám chạm vào cái cuống đầy gai, một luồng cảm xúc chợt dâng lên làm chị choàng tỉnh. Gai hoa nham nhám cứa vào da chị khiến chị tỉnh táo lạ kỳ.

Chị nhìn đăm đăm bình hoa trong tay. Mới hôm nào cánh sen hãy còn mơn mởn hồng tươi, và chị đã vui sướng cắm nó vào bình dâng lên cúng Phật. Thế mà bây giờ, cánh nào cũng úa tàn, nhụy nào cũng rã rời bay xuống đất. Chính bàn tay thời gian đã thực thi cái lý "vô thường." Vạn vật rồi cũng theo luật ấy. Có cái gì thường còn mãi đâu. Có sanh thì có diệt. Có tươi thắm thì có úa tàn. Có hạnh phúc thì có khổ đau. Chị Tám chợt liên tưởng đến phận mình, có khác chi những cánh sen này. Tất cả đều chịu chung quy luật vô thường. Tại sao chị lại cầu mong cái hạnh phúc kia trở nên bền vững? Tại sao chị lại tin chắc rằng nó không thay đổi? Tại sao chị lại bắt cái tâm anh Tám mãi đứng yên? Như vậy há chẳng phải chị muốn mọi vật quanh chị đi ngược lại cái quy luật kia không? Vậy mà chị vẫn tự hào chị là Phật tử thuần thành, rằng chị học thuộc giáo pháp của Đức Phật.

Giờ đây đụng tới cái vật sở hữu của chị thì mới thấy chị chống chọi với "cái hiểu" của mình như thế nào. Than ôi, giữa "hiểu" và "thực hành" giáo lý là cả một khoảng cách.

Chị Tám thở dài, nhận ra mình đã thua trong cuộc thi này. Vâng, có thi mới biết mình đậu hay rớt. Có vấp phải trở ngại trên đời thì mới biết mình hay dở ra sao. Có lẽ Đức Phật bày ra cơ sự này để thử thách chị hay chăng? Bất giác, chị ngước mắt nhìn lên ảnh Phật, thẳng thắn nhìn vào đôi mắt của đấng Từ Phụ. Chị hỏi Phật, phải chăng Ngài đang làm cuộc trắc nghiệm đối với đệ tử của Ngài?

Phật vẫn im lặng ngồi tĩnh tọa trước cội bồ đề. Không có câu trả lời nào cho chị. Không gian im ắng đến mức chị Tám cũng không còn nghe những giọt mưa tí tách ngoài sân. Phật không nói lời nào, không bao giờ nói. Duy nụ cười, ồ nụ cười sao mà rạng rỡ ánh từ bi hỷ xả. Nụ cười đã kéo chị Tám trở lại **thực tế**. Trong chị bỗng lóe lên một luồng ánh sáng nhiệm mầu, nó chợt xua tan đi tất cả nặng nề từ suốt đêm nay, nó nâng chị lên khỏi niềm u uất, rã rời mà chị đã cố gắng chịu đựng. Chị bỗng thấy mình phải làm một cái gì đó, thực sự là phải làm, phải quyết định dứt khoát. Việc làm ấy sẽ chấm dứt mọi suy nghĩ mơ hồ, ngổn ngang trong lòng chị bấy lâu nay, đưa chị đến một sự ổn định, nhẹ nhõm hơn. Chị tin rằng nếu chị làm được việc ấy thì chị sẽ trở nên bình tâm hơn, dù nó sẽ là một bất ngờ đối với mọi người và ngay cả đối với chị.

Chị Tám nhẹ nhàng đặt bình hoa lên chỗ cũ, tự nhắc mình ngày mai phải mua hoa mới thay vào. Dẫu sao, điều quan trọng với chị là hương hoa còn thơm ngát dù sắc hoa đã thay đổi, úa tàn.

•

Lâu lắm rồi chị mới bước vào phòng anh Tám. Bước chân chị hơi bối rối, nhưng rồi dần dần tự tin, mạnh mẽ hơn. Anh Tám ngồi bật dậy, không khỏi ngạc nhiên nhìn chị. Lòng anh chợt quặn lên khi thấy vóc dáng nhỏ bé của người vợ nay như nhỏ bé thêm, và khuôn mặt tuy có vẻ thanh thản hơn nhưng cũng còn hốc hác, để lộ đôi gò má xương xương vì mất ngủ. Anh lật đật kéo tay chị ngồi xuống mép giường. Nhưng chị đã kêu anh ra bộ ghế mây cạnh đó, rót hai ly trà nhỏ để trước mặt hai người.

Thái độ nghiêm trang của chị làm anh lo sợ. Và rồi anh điếng hồn khi nghĩ rằng chị sẽ đòi ly dị. Mấy tháng nay chị không nói lời nào, đã như một bản án treo dành cho anh. Thà là chị la lối, hạch hỏi, thậm chí đi đánh ghen, thì anh cũng biết đường mà phản ứng. Đàng này chị chỉ yêu cầu anh kể hết mọi việc cho chị nghe, rồi chị tới nhà cô "vợ bé" của anh một lần, nhìn mặt cô ta. Anh đã chờ đợi những giọt nước mắt, chờ đợi những lời đay nghiến, những tiếng chén bát đổ vỡ... Vậy mà tuyệt không. Chỉ có điều, anh phải nằm ngủ một mình trong căn phòng mà hai vợ chồng đã từng hạnh phúc. Anh tự nguyền rủa mình hư hỏng, tệ bạc. Anh tự mắng mình là một thằng chồng khốn nạn, có người vợ đảm đang, hiền thục, thủy chung như thế mà mình lại đang tâm làm khổ. Anh không muốn chị khổ nữa, anh quyết định cắt đứt với cô gái kia.

Nhưng khi anh đối diện với cô, thì anh không đủ dũng khí thực hiện quyết định ấy. Cô yêu anh thực tình, biết mình phạm sai lầm, tội lỗi với vợ anh, nhưng cô không đủ sức xa anh. Thật ra cô đâu có tội tình gì, chỉ tại anh chủ động gieo tình cảm cho cô. Mà anh cũng không hiểu nổi mình. Bao nhiêu năm anh yêu thương vợ con như thế, vậy mà chẳng hiểu sao khi gặp cô trong một buổi cúng đình, anh lại thấy xao xuyến lạ kỳ. Cô giản dị trong chiếc áo bà ba trắng, thành kính thắp hương, nét mặt cô bừng sáng thánh thiện, trong trẻo, hiến dâng. Anh cảm tưởng cô là một đóa hoa đồng nội tinh khiết mà vẫn đủ sắc hương làm say đắm lòng người. Thế là anh theo cô, dai dẳng ngày này qua ngày khác, cho đến lúc cô hoàn toàn thuộc về anh. Ngoài tình yêu chân thành cô dành cho anh, lại còn có đứa con trong bụng, vậy thì anh làm sao bỏ cô cho đành. Thế nào thì anh cũng đã làm khổ hai người đàn bà, anh càng thấy ân hận, ray rứt hơn. Nhưng anh không biết giải quyết cách nào nữa. Anh im lặng, sẵn sàng chịu đựng mọi hình phạt mà hai người phụ nữ ấy dành cho anh.

Giờ chị Tám đang ngồi trước mặt anh đây, báo hiệu một "hình phạt." Mà trời ơi, chị hành hạ anh như thế nào anh cũng chịu, chỉ xin chị đừng ly dị, đừng bỏ anh mà đi. Anh không muốn mất chị. Anh đã quen cảm giác ấm áp khi có chị hiện diện trong nhà, đã quen bàn tay chị pha trà, nấu cơm, quen nghe giọng nói chị hiền hậu, thậm chí quen cả giọng tụng kinh mà anh thường trêu đùa thử xem chị có "nổi sân" lên không... Anh quen nhiều thứ lắm, giờ mất đi chắc anh không sống nổi. Anh nhìn chị đăm đắm như van cầu, như sợ hãi...

Chị Tám đưa ly trà cho anh:

- Anh uống thử coi. Em mới học cách ướp trà của sư cô. Ướp bằng hoa sen đó.

Anh Tám chỉ nghe vị trà đắng ngắt như chính lòng mình đang cay đắng, mà cũng ráng nói:

- Ừ, thơm quá. Em khéo thiệt.

Chị Tám hơi mỉm miệng cười:
- Thơm thiệt không?

Anh Tám gật đầu, cảm thấy "dễ thở" trước nụ cười của vợ.

- Em định bàn với anh một việc quan trọng. Là việc của anh và cô Hương.

Anh Tám lại thấy "nín thở".

- Em nghĩ, âu là hai người kiếp trước cũng có duyên nợ với nhau nên bây giờ mới gặp nhau như thế. Em học Phật pháp, hiểu rằng không có cái gì tự nhiên sinh ra, mà phải do duyên hợp. Xét cho cùng cô Hương cũng không có lỗi. Phụ nữ thường nhẹ dạ, nếu anh không theo tán tỉnh thì cô ấy đâu có ngã lòng. Thôi thì em bàn như vầy, em và anh phải lo cho cô ấy và đứa con trong bụng.

Anh Tám thở phào một cái như có ai vừa lấy cục đá nặng ngàn cân ra khỏi ngực. Vậy là chị Tám quyết định lấy tình thương và lịch sự đối đãi với cô, đủ cho anh yên tâm và cảm phục lắm rồi. Nhìn gương mặt vợ, anh biết chị không đòi ly dị đâu. Thế là nhẹ nhõm cho anh cả đôi đàng. Ủa, mà chị Tám nói "lo" cho cô Hương với cả đứa con trong bụng là "lo" làm sao? Chắc chị bảo anh chu cấp tiền bạc cho cô sinh sống, sanh nở chứ gì? Nếu vậy, vợ anh quả là tốt bụng. Nhưng cô Hương cũng không cần lắm đâu. Cô rất đảm đang, hứa là sẽ không làm phiền đến gia đình anh, miễn sao nhận được sự cảm thông, tha thứ từ phía chị. Dẫu vậy, nếu cô Hương biết được ý tốt của chị Tám, hẳn cô sẽ xúc động đến khóc. Anh Tám cũng muốn khóc đây.

Giọng chị Tám đều đều:

- Em định làm lễ cưới cho anh với cô ấy.

- Hả?

Anh Tám tưởng mình từ trên trời rơi xuống. Anh có nghe lầm không? Hay là vợ anh định giỡn cho anh... "run" chơi! Cái bà này, chuyện hệ trọng như vậy còn đem ra giỡn...

- Em đâu có nói giỡn. Em nói thiệt đó. Anh phải đi cưới cô Hương.

- Đâu có được. Anh mặt mũi nào làm cái chuyện kỳ cục đó. Ai đời, vợ con sờ sờ ở nhà mà đi sắm vai... chú rể.

- Anh không mặt mũi nào, vậy chứ cô Hương mặt mũi nào mà sống với xóm giềng. Người ta là con gái, bây giờ cái bụng chè è ra đó, anh coi tủi hổ biết bao nhiêu. Rồi con sinh ra đời bị chế giễu là con hoang. Anh làm hại cả cuộc đời người ta, thì bây giờ anh có cố gắng một chút cũng đâu có sao.

- Nhưng... không được mà...

- Anh Tám à, anh thử tưởng tượng coi, nếu như cô Hương không đủ sức chịu đựng, rồi cô tự tử hoặc bỏ rơi đứa con, nó sẽ lớn lên trong viện mồ côi, hoặc phải ở đợ, bụi đời... Chừng đó, dẫu nó không oán hận mình thì lương tâm mình cũng không yên. Từ tội lỗi này mình lại gây thêm tội lỗi khác. Đứa nhỏ hoàn toàn vô tội, mình đừng bắt nó gánh chịu hậu quả của người lớn. Nói thiệt, em không đành lòng thấy nó côi cút, hư hỏng. Con mình sao mình biết thương, mà mình lại hất hủi nó. Dù gì, nó cũng là giọt máu của anh. Anh và em phải lo cho nó.

- Thì mình gởi tiền nuôi nó được rồi.

- Tiền đâu phải là tất cả. Anh nhớ không, hồi đó nhà mình nghèo nhưng vẫn hạnh phúc vì vợ chồng con cái sum họp, con mình nên người vì có cha dạy dỗ, chở che. Tình thương đôi khi hơn cả tiền bạc anh à. Anh phải là người cha đúng nghĩa đối với con cô Hương, thương yêu dạy dỗ nó như đối với con mình. Như vậy anh phải đường hoàng lui tới, đường hoàng sống với nó cho nó đừng tủi thân. Cho nên, chỉ có cách là anh cưới cô Hương.

- Anh làm sao có danh chánh ngôn thuận mà cưới chớ.
- Dĩ nhiên rồi. Nhưng em sẽ đi cưới cho anh.

Anh Tám mở to mắt kinh ngạc. Chị Tám tiếp:
- Em sẽ mua trầu cau sính lễ, rồi đứng ra thưa với ba má cô Hương, chấp nhận cô như vợ của anh. Như vậy nghĩa là em đi cưới vợ cho anh chớ gì.

- Nhưng pháp luật chỉ chấp nhận một vợ một chồng.

- Đúng là cô Hương không làm hôn thú với anh được. Nhưng dẫu sao cái lễ cưới đơn sơ đó cũng làm cô Hương bớt tủi thân, bớt bị dị nghị, và con cô sinh ra đường hoàng gọi anh bằng cha, được tới lui chăm sóc. Còn sau này cô có gặp ai vừa ý mà kết hôn thì cô cũng được quyền tự do. Đằng nào, coi như cô cũng có chồng đàng hoàng.

Anh Tám thở dài trước quyết định của vợ. Anh vừa mừng lại vừa lo. Mà thôi, cứ làm theo ý chị. Anh tin rằng một người có tâm đạo như chị ắt sẽ không làm khổ cho ai. Sự hy sinh này anh không biết lấy gì đền đáp cho nổi.

●

Đám cưới rất giản dị, nhưng lại là sự kiện nổi đình nổi đám của cái huyện Châu Thành. Trên đời, chưa có bà vợ lớn nào đi cưới vợ bé cho chồng. Thời phong kiến thì có, vì tục năm thê bảy thiếp, nhưng các bà đều buộc lòng mà làm, bất đắc dĩ mà làm với sự hằn học, ghen tuông, chứ có ai lại tự nguyện, vui vẻ như chị Tám. Dân trong huyện bảo nhau: "Ối, mấy lúc rồi rã đám cho coi. Đàn bà mà, ai lại hổng ghen!" Và họ chờ đợi cái cuộc tình tay ba kia tan vỡ...

Nhưng rồi gia đình chị Tám vẫn trong ấm ngoài êm. Anh Tám thêm nể nang, thương yêu chị. Cô Hương thì khỏi nói, một mực tôn kính. Nhà anh Tám ở Cái tàu Hạ, nhà cô Hương ở Cái Gia, nhưng hai bên thường tới lui thăm viếng. Con cô Hương kêu chị Tám bằng "má" ngọt xớt, và lớn lớn một chút thì lên ở luôn với "má" để đi học cho gần. Chị Tám thấy lòng thanh thản, nhẹ nhàng, và thời gian chị dành cho chùa chiền càng nhiều hơn. Anh Tám cũng bắt chước vợ, đi chùa, học kinh. Trong lòng anh, vợ anh cũng là một vị Phật.

●

Hai mươi năm trôi qua...

Bà Tám đứng ra làm chủ hôn cho con cô Hương ngày nào. Cô Hương tóc cũng hoa râm, cung kính mời "chị Tám" đảm nhận vai trò người mẹ trong ngày vui của con. Cô khóc, những giọt nước mắt hạnh phúc lẫn tri ân. Còn bà Tám lại cười.

Rồi bà xuất gia, cất cốc tu tại nhà. Bóng áo lam của bà vẫn dịu dàng chia sẻ với mọi người lòng yêu thương, chung thủy...[1]

---

[1] Đây là câu chuyện hoàn toàn có thật, tác giả chỉ sửa đổi vài chi tiết và tên nhân vật.

THẦY BÓI

Không hẹn mà cả bốn chị em cùng lén đi coi bói, lại coi đúng một bà thầy "có tiếng" trong quận. Bà thầy cũng không biết đó là bốn chị em ruột, nên phán một lèo y chang nhau, bởi bốn quẻ đều có con ách bích đen thui nằm chúi đầu xuống đầy đe dọa: "Trong nhà có người nữ lớn tuổi coi chừng bệnh nặng, e... hèm... sợ không qua khỏi năm nay..."

Bốn chị em xanh mặt. Thì bà má ở nhà mới đi xét nghiệm, lượng đường trong máu tăng cao, kèm theo gan nhiễm mỡ, thấp khớp, mắt lại bị cườm nặng. Đêm nào má cũng rên vì không ngủ được, nằm trăn qua trở lại đến sáng mới thiêm thiếp đi một chút. Thức ăn bày ra đủ món má thèm, nhưng bị cấm tiệt. Nào chuối, xoài, nhãn, bánh... cứ phải nhai đủ thứ thuốc dân gian ai chỉ đâu làm đó, hết cây nha đam đến khổ qua luộc, rau má, rau lang, rồi rễ bần, trái nhàu, lá sa kê nấu nước uống... Chưa kể bao nhiêu cái toa của bác sĩ và hàng chục lời căn dặn. Thế nhưng cái cơ thể già nua ấy dường như không còn chịu nghe lời ai cả ngoài cái quy luật vô thường sinh lão bệnh tử dành cho kiếp người khổ não.

Biết thì biết vậy, nhưng bốn đứa con vẫn không chịu nổi, và cuối cùng những niềm tin nhỏ nhoi còn sót lại đành chỉ biết đem gởi gắm vào những lá số huyền bí, hy vọng một lời phán truyền nào đó sẽ lấy lại chút sinh khí cho ngôi nhà đang đầy mùi thuốc và tiếng thở dài. Không ngờ, lời phán truyền của bà thầy bói lại càng làm rối tung hơn nữa. Chị Hai ngồi một góc khóc hu hu như trẻ con, khác hẳn cái tật gắt gỏng om sòm của chị. Vợ chồng anh Ba là con và dâu trưởng trong nhà, khẽ khàng nhìn tới nhìn lui. Cô Tư thì không buồn nhấc điện thoại của anh người yêu gọi tới, xù luôn cái hẹn đi ăn tối. Cô Út có chồng sớm, đã ra riêng, bảo anh chồng ở nhà một mình, còn cô về ngủ với má mấy bữa. Má không hiểu chị em nó có chuyện gì mà cứ xì xầm to nhỏ với nhau miết trên gác, mặt đứa nào đứa nấy cứ bơ bơ như mất hồn. Má chép miệng: "Cơm nước dọn ra nguội ngắt hết rồi. Ăn uống vậy làm sao có sức đi làm! Thiệt tình!"

Những tờ lịch cứ rơi dần, rơi dần. Bốn chị em thường nhìn nhau. Chị Hai tự nhiên ăn chay cả tuần, hỏi cầu cái gì chỉ ừ à không nói. Ngạc nhiên hơn nữa là không nghe chị cãi vả với má như hồi trước. Hai mẹ con vốn khắc khẩu, mẹ thì bảo thủ, con thì cấp tiến, nên làm cái gì cũng không chịu nhau, cứ lời qua tiếng lại suốt ngày. Má có tật cần nhằn, cử nhử, còn chị Hai đi làm mệt, thường đổ quạu. Vậy mà bây giờ, nghe má cần nhằn, chị Hai nhe hàm răng ra cười trong sáu con mắt kinh ngạc của lũ em: "Ừ, còn sức thì cần nhằn! Cho má nói thoải mái luôn đó! Ê tụi bây, lấy cái cát-xét ra thu tiếng chừng nữa phát cho mấy bà bạn già của má nghe chơi!" Má "xuất chiêu" mà không có người "đỡ" nên tức cười im ru luôn.

Chị Hai còn đi kiếm mấy cuốn kinh Phật về cho má coi, lâu lâu thấy hai mẹ con nói chuyện rất tâm đắc về nhà sư này giảng hay, nhà sư kia khuyên làm việc thiện. Những câu chuyện đạo tự hồi nào len giữa hai mẹ con thay cho những lời tranh biện hồi trước. Má nói: "Hóa ra cả nhà này chỉ có chị Hai tụi bây giống má, còn tụi bây ham chơi quá chừng!" Chị Hai nheo nheo mắt với lũ em: "Chứ tao không nói chuyện kinh kệ với má, hổng lẽ đem chuyện bảo thủ của 'bà già' ra cãi nữa!"

Vợ chồng anh chị Ba dạo này hết giờ làm việc cũng về nhà

sớm hơn, không la cà ngoài công viên, siêu thị. Về nhà sớm, còn thời gian ăn cơm với má, khen món này ngon, món kia ngon, khiến má sung sướng cả ngày. Má thuộc lòng ý thích của thằng con trai độc nhứt, nhưng sau này anh Ba đi làm về muộn, cứ ăn cơm tiệm hoài, nên má hết còn hứng thú nấu nướng cho anh. Bây giờ nhìn anh húp canh soàn soạt, má bảo chị bếp: "Mai mua giò heo hầm măng cho nó ăn nghen!" Chị Ba cười, giả bộ tị nạnh: "Mới hôm nay đã lo đến ngày mai! Má cưng ảnh quá, ảnh quen tật, con chiều không nổi đâu nghen!"

Thằng Nghé, đứa cháu nội bụ bẫm, chạy lạch bạch tới chỗ nội khoe bài hát mới học được trong lớp. Nghé vừa hát vừa minh họa làm má cưng hết chỗ nói. Má nắm tay nó hôn một cái, nó vùng vằng vì đang muốn hát. Chị Ba lườm con: "Hỗn nè! Cho nội hôn, nội thương con nhứt nhà đó!" Hai mẹ con không còn rúc vào phòng riêng nữa, mà thường bày trò chơi chỗ nội, cho nội ngắm cháu thỏa thích. Má tẩn mẩn tìm lại tấm ảnh cũ trong album, tấm ảnh của anh Ba đầu trọc lóc, cởi truồng, toét miệng cười trong chiếc ghế mây: "Coi Nghé giống thằng cha nó không! Y như khuôn đúc. Thiệt lẹ, mới đây mà mấy chục năm..." Mắt má long lanh hạnh phúc.

Má khổ nhất là vợ chồng cô Út, dăm bữa giận, chục bữa hờn, khóc lóc, bỏ ăn. Mỗi lần điện thoại nhà này réo lên vào lúc nửa đêm là biết ngay từ nhà cô Út gọi sang, méc chuyện giận nhau, có cả tiếng khóc và tiếng chó sủa inh ỏi. Vợ chồng trẻ con, nuôi chú chó con, ôi thôi như cái chợ. Chẳng biết bao giờ tụi nó trưởng thành, tao chết rồi chắc nó bỏ nhau quá! Tao còn sống đây mà nó còn ì xèo như vậy! Má than thở, buồn rầu, vừa thương con, thương rể, không biết xử làm sao.

Nhưng nửa năm nay, hình như không có cú điện thoại nào vào lúc nửa đêm. Vợ chồng cô Út lại siêng năng ghé thăm má, mua tùm lum món ăn, rồi hai vợ chồng ngồi ăn một hơi sạch bách. Má có ăn được gì đâu, bác sĩ cấm kia mà. Nhưng má vui lắm, lui cui vô mở tủ lấy thêm bánh trái cho "hai đứa con nít". Má cười: "Tụi nó đừng cãi nhau thì ăn bao nhiêu má cũng chịu!" Vợ chồng cô Út cười hì hì.

Và chuyện vui nhất trong năm là đám cưới cô Tư, đám cưới nhanh ngoài dự kiến của bà con. Cô Tư đã hơn ba mươi tuổi rồi nhưng cứ dùng dằng chuyện hôn nhân, dù anh người yêu đã ngỏ lời suốt bốn năm. Cô nói cô còn muốn ở bên má một thời gian nữa. Thật ra, má hợp với cô Tư nhất, vì cô dịu dàng, chăm sóc má, biết chia sẻ những câu chuyện lẩm cẩm của người già một cách kiên nhẫn, biết im lặng khi má cần nhẩn, biết giảng hòa mỗi khi má và anh chị hờn nhau. Cô là linh hồn của nhà này, mỗi khi cô đi công tác xa, má cứ thấy buồn buồn và cô đơn thế nào. Chính vì vậy mà cô Tư cứ nấn ná không chịu có chồng. Nhưng cũng chính vì vậy mà má lo âu, day dứt. "Vắng con thì má nhớ, nhưng má yên tâm nhắm mắt. Chừng nào con chưa lập gia đình, má còn ăn ngủ không yên." Cái nghịch lý trong tình cảm của má là vừa muốn có con bên cạnh, vừa muốn con yên bề gia thất.

Nhưng cuối cùng đám cưới lại được sắp xếp rất nhanh chóng khiến anh người yêu của cô Tư mừng quýnh lên. Và cuối năm, con rể phóng xe như bay về nhà mẹ vợ: "Má, má! Vợ con có bầu. Má cố vấn cho con mua cái gì cho cổ ăn, bổ bổ nghen má!" Má lật đật khăn gói qua nhà cô Tư, quên là đêm qua mới rên vì cái chân thấp khớp.

Những tờ lịch cuối cùng trong năm rơi xuống, trơ lại cái khung lịch màu đỏ in một cành mai rực rỡ hy vọng. Bốn chị em nhìn nhau, lè lưỡi: "Thầy bói coi trật lất! Hú hồn. Đừng đi coi nữa nghen!"

*

Thằng Quý

Mẹ nó đặt cho nó tên là Quý, nhưng người ta không thấy nó quý chút nào. Vừa chào đời, nó đã lọt vào một gian nhà tranh rách nát, nhỏ xíu xiu như cái tổ chim với nhiều lỗ thủng có thể ngắm được cả trăng sao. Lớn một chút, nó thấy ba nó vắng nhà liên tục, và cuối cùng ba nó bỏ đi theo một người đàn bà khác. Còn lại mẹ nó, một người phụ nữ chưa trẻ bao lâu đã vội già vì hờn giận, ghen tuông, đau đớn, chờ đợi, và già thêm vì một mình nuôi con bằng cái nghề làm mướn bấp bênh nay có mai không. Chị để mặc ngày tháng trôi qua, thời gian gặm nhấm nhan sắc, tuổi xuân của mình, và để mặc đứa con trai trong sự cô đơn, lam lũ không thua gì chị.

Mười bốn tuổi, thằng Quý vẫn chưa biết chữ nào, chưa hề được tới trường, suốt ngày lêu lổng ngoài đường, ngoài ruộng. Nó theo đám bạn đi bắt cá, hái rau, đánh lộn, chửi thề, rồi tập tành hút thuốc, đánh bài. Vậy đó, nó như cây cỏ dại lớn lên cằn cỗi trên mảnh đất quê nghèo, chẳng ai muốn đến gần nó.

Mà nó cằn cỗi thật. Mười bốn tuổi nhưng chỉ bằng đứa trẻ lên mười, ngoại trừ khuôn mặt thì lại hằn những dấu ấn cuộc đời. Hôm cô Diệu gặp nó, cô ngỡ ngàng nhìn cái cổ gầy nhom của nó đóng đen thui những ghét bẩn. Cô mủi lòng, chắc mẹ nó không hề nhắc nó tắm rửa thế nào. Chiếc áo nó mặc thâm kim cả mảng lưng, còn cái quần lếch thếch sát đất cứ như mặc quần bính. Đôi vai trơ xương cứ nằng nặc đòi vác ba lô cho cô, và đưa ra tận bến đò, lưu luyến nhìn theo bóng cô mờ khuất. Đôi mắt nó thấm đẫm niềm thương, khiến con đò cô Diệu đi cứ như chòng chành trên sóng nước. Ngày đầu tiên nó gặp cô Diệu là như thế đó...

Thật ra, ban đầu cô Diệu cũng không hề nhận biết thằng Quý. Nó lẫn vào đám đông trẻ nhỏ kéo đến chùa để cô Diệu phát quà. Cô Diệu là Phật tử ở xa, lâu lâu về ghé thăm chùa. Ngôi chùa nhỏ nằm cách nhà thằng Quý vài trăm mét, cũng nghèo như bao nhiêu mái tranh của dân trong làng. Cô Diệu đem quà bánh về cho trẻ con, tụi nhỏ tưng bừng hớn hở ôm lấy những hộp bút màu, những cuốn tập, những chiếc ô tô nhựa, và mấy cái bánh ngọt hấp dẫn. Thằng Quý cũng được một phần quà nặng tay. Cô Diệu đâu có biết rằng nó mù chữ. Và cô Diệu cũng đâu có biết nó được đặc biệt "quan tâm" hơn những đứa trẻ trong xóm. Cô thấy nó lanh lẹ nên cứ nhờ nó xách dùm bịch bánh, khiêng dùm chồng tập, nó sung sướng chạy te tái giúp cô, mồ hôi ướt đẫm cả áo. Phát hết quà, nó cứ đứng gần cô, không chịu về. Thầy trụ trì nói nhỏ với cô:

- Thằng nhóc này ăn cắp lắm nghen cô. Tôi bị nó lấy mấy món rồi đó, nên bây giờ không cho nó vô trong khuôn viên chùa, chỉ cho đi vòng vòng ngoài cổng tới nhà bếp thôi.

Cô Diệu giựt mình sờ tay vào túi kiểm tra lại cái điện thoại di động. Nhưng cô mỉm cười ngay lập tức:

- Dạ không sao. Con thấy nó cũng dễ thương đó thầy.

- Ờ, cô cẩn thận...

Và không đầy năm phút sau, cô Diệu đã nắm hết "lý lịch" của thằng Quý từ mấy bà Phật tử tự động "méc" cho cô nghe. Rõ ràng, nó đã tự làm mất "uy tín" từ lâu.

Nhưng cô Diệu lại ngoắc thằng Quý đến gần:

- Con ăn bánh chưa?

- Dạ con ăn rồi.

- Con lấy tập ra viết chữ cho cô coi. Thầy nói thầy đã dạy con học được nửa cuốn vần, sao con không học tiếp?

- Dạ... tại con lấy đồ của thầy, thầy giận...

- Cô dạy con học nghen. Và lát nữa con xin lỗi thầy, thầy sẽ tha thứ cho con.

- Dạ. Nhưng con không học đâu. Ngán thấy mồ. Chữ nọ lộn chữ kia. Nhức đầu quá.

Cô Diệu gật đầu:

- Được rồi. Thôi không học chữ, mà cô sẽ dạy con vẽ.

Thằng Quý giãy nảy:

- Con không biết vẽ.

Cô Diệu mỉm cười:

- Con đưa bàn tay cô xem nào.

Thằng Quý đưa tay ra. Bàn tay khẳng khiu, đen đúa, những cái móng dài nhét đầy đất như mười con sâu nằm vắt ngang gớm ghiếc. Cô Diệu mở túi xách lấy chiếc bấm móng tay nhẹ nhàng cắt hết mười con sâu ấy, còn lại mười ngón nhỏ gầy sạch sẽ. Cô bảo Quý ra sàn nước rửa tay, rồi bảo Quý nhìn cho thật kỹ:

- Con xem, con có bàn tay rất khéo léo, cô tin là con sẽ làm được những việc rất tốt. Bây giờ con thử vẽ, cô chắc chắn là con vẽ đẹp. Con đừng có ý nghĩ thua kém bạn bè, mà phải tin rằng mình cũng có những khả năng riêng của mình. Con không học chữ được thì hãy học vẽ. Cố gắng lên, cô biết con sẽ thành công mà.

Thằng Quý nhìn cô Diệu không chớp mắt. Nhưng nó vẫn lắc đầu:

- Con chẳng biết vẽ cái gì bây giờ.

Cô Diệu lấy cây bút màu đỏ đặt vào tay nó:

- À, con thử vẽ con cá xem.

Bàn tay thằng Quý cứng đơ nắm chặt cây bút. Cô Diệu lấy cây bút khác kéo mấy nét gọn hơ là trang giấy hiện lên một con cá. Thằng Quý trố mắt. Cô Diệu nói:

- Rồi, con vẽ đại đi. Con cứ vẽ con cá nào mà con tưởng tượng. Miễn cô nhìn ra con cá thì thôi.

Thằng Quý ngập ngừng đưa nhẹ cây bút. Một con cá tong teo, méo xẹo, nhưng cũng đủ cả vây, cả vảy. Cô Diệu reo lên:

- A, Quý vẽ con cá giống ghê. Quý vẽ thêm một con nữa đi. Dưới sông nhiều loại cá lắm chứ.

- Con vẽ cá rô nghen cô. Cá lóc nữa. Hay cá mè vinh.

Và nó mạnh dạn đưa cây bút lướt trên mặt giấy. Những con cá lần lượt hiện ra, thay đổi hình dáng, thay đổi kỳ vi, râu vảy, đẹp đến bất ngờ. Cô Diệu lật sang trang vở khác, và đưa cho nó cây bút màu vàng, màu xanh.

- Bây giờ con tự vẽ cái bông đi. Bông gì cũng được.

Thằng Quý vẽ ngay một cái bông năm cánh, chung quanh là thân cây và lá màu xanh chằng chịt. Nó ngước lên:

- Cô ơi, con muốn vẽ cái chậu, màu nâu được không cô?

- Đúng rồi. Chậu trồng bông thì màu nâu. Quý giỏi quá.

Chưa đầy 20 phút sau, mấy trang vở đã chất đầy những chậu bông đủ màu hồng, vàng, cam, tím. Thằng Quý buông cây bút xuống, những ngón tay nó mỏi nhừ, mồ hôi lấp lánh trên trán, nhưng đôi mắt thì sáng ngời. Cô Diệu cười thật tươi:

- Con có tin mình sẽ thành công không?

Quý gật đầu. Cô Diệu thủ thỉ:

- Từ nay về sau, con phải sống thật tốt để mọi người yêu quý con. Con tên là Quý mà, phải làm sao cho người ta quý mình chứ. Nghèo không phải đã tuyệt vọng. Nếu con sống tốt thì cuộc đời con sẽ sung sướng.

Thằng Quý nuốt từng lời của cô Diệu. Nó im lặng, nhưng nước mắt sắp trào ra. Còn cô Diệu cũng ngân ngấn mắt khi nhìn thấy bộ quần áo của nó và cái cổ gầy đóng những ghét bẩn. Cô thở dài:

- Chiều tắm, con lấy khăn chà mạnh lên cổ nghen. Rồi cô gởi một bộ đồ về cho con.

- Còn con sẽ vẽ đầy cuốn tập để tặng cô. Mà cô ơi, cô dạy con viết chữ đi. Viết tên cô đó.

Cô Diệu ghi chữ Diệu thật bự lên tờ giấy. Thằng Quý nguệch ngoạc viết thêm chữ mẹ đằng trước chữ Diệu. Nó cười lỏn lẻn:

- Thầy dạy con học tới chữ mẹ rồi. Cô ơi, cô cho con kêu cô là mẹ nghen. Con sẽ viết hoài cho thuộc chữ "mẹ Diệu."

Cô Diệu bất ngờ:

- Ờ... con thích kêu cô là mẹ hả?

- Dạ, con làm con của cô được không? Cô hiền như cô tiên vậy.

- Được rồi, cô sẽ là mẹ của Quý. Nhưng Quý phải ngoan và chăm học. Cô sẽ nhờ thầy dạy tiếp cho hết cuốn vần. Nếu con không chịu học là mẹ giận.

- Dạ, con sẽ học, để sau này viết thư cho mẹ chớ. Rồi con sẽ học vẽ để sau này đi làm kiếm tiền nuôi mẹ.

- Con rất giỏi, chỉ cần con cố gắng là con sẽ thành công. Mẹ tin chắc như thế.

- Con cũng tin chắc như thế.

Thằng Quý xòe bàn tay ra. Cô Diệu cũng xòe bàn tay ra, vỗ vào tay nó kêu một tiếng thật giòn như một lời hứa. Tiếng thằng Quý cười trong veo cả hiên chùa.

Đã tới giờ xe chạy, cô Diệu phải sang sông đón xe. Quý nhất định đưa mẹ qua đò cho bằng được. Nó lóc cóc vác cái ba lô nặng trĩu, sợ mẹ xách nặng rồi mỏi tay. Nó không quên nhắc mẹ Diệu đội nón, và đem theo trái xoài thầy vừa tặng.

Cô Diệu lên xe rồi, thằng Quý vẫn đứng trông theo, trên tay nó là hộp bút màu và quyển tập ôm chặt vào ngực. Xe lăn bánh, nó vẫy tay với cô Diệu, bàn tay vừa được nâng niu và đặt vào đó một niềm tin...

BỒ TÁT

Tôi đi chùa, không hiểu sao rất thích hai chữ Bồ Tát. Trong chùa, tượng Phật quá chừng nhiều, mà tượng Bồ Tát rất ít, hầu như chỉ có Quán Thế Âm cầm cành dương liễu đứng giữa ao sen. Lâu lâu mới gặp một chùa có tượng Đại Thế Chí, Văn Thù Sư Lợi, Đại Hạnh Phổ Hiền. Tôi không thoả mãn, muốn biết thiệt nhiều Bồ Tát nữa kìa.

Tối đó, tôi nằm mơ, thấy Đức Phật cười thật tươi. "Sáng mai con sẽ được gặp Bồ Tát." Tôi chắp tay xá lia lịa. "Dạ, dạ, con đội ơn Đức Phật."

Cả buổi sáng hôm sau, tôi chẳng dám đi đâu cả, cứ ngồi nhà thắp hương đợi Bồ Tát. Chờ hoài không thấy. Đồng hồ chỉ 11g. Trời đã sang trưa. Tôi thở dài, "Chiêm bao không lẽ có thiệt!" Thế là tôi đứng dậy đi ăn cơm bụi, vì bữa nay mắc chờ Bồ Tát nên không đi chợ nấu cơm gì ráo.

Ăn xong, tôi ngẫu hứng chạy luôn tới nhà nhỏ bạn mà khá lâu không thăm viếng. Hôm nay chúa nhật chắc nó được nghỉ làm.

Cảnh nhà hiện ra khiến tôi bàng hoàng. Trời, sao mà xuống cấp dữ vậy? Hình như mới một năm không gặp... Đời sống đô thị vậy đó, có khi quận này cách quận kia không bao xa nhưng người ta vẫn không đi thăm nhau được. Vì công việc bề bộn, làm trong giờ, làm ngoài giờ, học thêm buổi tối, về nhà lo vợ chồng, con cái... Đến chúa nhật cũng chưa chắc rảnh, nào đưa con đi học võ, học bơi, nào đi siêu thị mua thức ăn cho cả tuần, nào dọn dẹp nhà cửa, ủi quần áo cho sáu ngày còn lại, rồi đám giỗ, đám cưới, thôi nôi, đầy tháng bây giờ cũng "đè" chúa nhật ra mà mời... Cho nên, bạn bè rốt cuộc chỉ còn quanh quẩn những người trong cơ quan là chính, chứ bạn cũ, bạn hồi phổ thông như nhỏ Thảo này thì đâu còn dành bao nhiêu cơ hội.

Tôi đến, đúng lúc Thảo đang dỗ dành người cha say xỉn lè nhè chịu nằm xuống ngủ yên. Ông gầy nhom, nhưng bụng trướng to vì bệnh gan, Thảo nói đã trị cả năm nay chưa bớt. Bác sĩ không cho uống rượu, nhưng ông thèm, lâu lâu lén tợp vài ly. Thế là vừa lên cơn đau, vừa kích thích thần kinh, nói năng um sùm. Mẹ Thảo bực dọc, rầy mắng om lên nữa, hoặc ca cẩm suốt ngày bên tai Thảo. Tôi nhìn vào góc nhà, nơi có một căn phòng nhỏ mờ tối, cánh cửa phòng là những song sắt rất to được khoá chặt, trong nhốt cậu em trai của Thảo bị bệnh tâm thần. Cậu ta đã hơn 30 tuổi, chưa vợ, ăn học đàng hoàng, tự nhiên phát bệnh, đập phá, chạy rong ngoài đường. Điều trị ở bệnh viện hơi bớt một chút thì phải lãnh về nhà, vì bệnh viện quá đông bệnh nhân. Cậu ta trông thấy tôi liền cười ré lên và động cửa đòi ra. Tiếng khoá va đập loảng xoảng. Thảo chạy đến dỗ em. "Nè, ăn kẹo đi, rồi ngồi xuống chơi, đừng la nữa nghen, chị thương." Cậu ta dịu lại. Thảo cười, "Nó chỉ nghe lời mình thôi."

Thảo quay sang thăm chừng siêu thuốc sắc cho ba uống. "Hết tiền uống thuốc tây rồi, mà uống hoài thấy không kết quả lắm. Đổi sang thuốc nam, coi bộ đỡ." Tôi thở dài, "Một mình bạn với đồng lương y tá mà trang trải hết cho gia đình, làm sao đủ..." "Không đủ cũng phải đủ." "Rồi Thảo không tính chuyện lập gia đình?" "Hì, ai dám nhào vô lãnh 3, 4 người này? Có người đi hỏi, nhưng mình theo chồng thì ai chăm sóc ba má và thằng út. Anh chị Hai ra riêng cũng đâu khá giả gì. Thôi từ từ tính." Từ từ là đến bao giờ? Thảo đã xấp xỉ 40, mái tóc chớm nhiều sợi bạc. Tôi biết, Thảo đã chọn con đường cho mình.

Nhưng lạ, suốt đến chiều tôi không hề nghe Thảo than van một tiếng, trong khi tôi quá mệt vì tiếng động cửa la hét của cậu em trai, tiếng rên rỉ của ông bố và tiếng ca cẩm của bà mẹ. Thảo kể lại chuyện nhà cho tôi nghe bằng một giọng đều đều, bình thản. Lâu lâu lại còn cười dỗ người này người kia nữa chứ. Và cuối cùng Thảo tiễn tôi ra về với câu: "Quen rồi, bạn đừng lo cho mình." Tôi đưa Thảo số tiền giúp ông bố uống thuốc, Thảo từ chối. "Chừng nào kẹt, mình sẽ nhờ đến bạn."

Tối đó, tôi mệt nhoài, đi ngủ sớm. Trong giấc mơ tôi lại thấy Phật hiện ra. Tôi khiếu nại liền: "Sao Phật hổng cho con gặp Bồ Tát? Con chờ hoài, đi chơi, lại gặp cảnh khổ, mệt quá chừng. Con mà như nhỏ Thảo chắc con... chết!" Phật cười: "Vậy sáng mai con sẽ gặp."

Tôi lại trang hoàng nhà cửa để đợi Bồ Tát. Nhưng chợt thằng em họ của tôi từ đâu ập vào. Tôi líu lưỡi: "Ơ... mi là... là...Bồ..." Chú em trố mắt nhìn tôi: "Ủa, chị không nhận ra em hả? Ghé rủ chị đi chơi." "Không, ta đang chờ..." "Chờ ai? Đi làm giúp em cái này. Không có chị một mình em xoay sở không kịp." Nó cứ khẩn khoản mãi, tôi đành chịu. "Lạy Bồ Tát, cho con khất bữa nay, chắc Bồ Tát không giận." Thiệt tình, bởi tôi cũng hơi... nản, vì nắng đã lên cao rồi mà cũng không thấy Bồ Tát, hổng chừng đón hụt như hôm nọ nữa. Thôi, đi một chút xem sao.

Chú em họ chở tôi trên honda phóng vèo vèo. Xe ra khỏi ngoại thành, rồi băng qua một cánh đồng, lọt thỏm vào một xã ấp nào đó có con đường gập ghềnh đá sỏi, dằn xóc khiến bụng tôi ê ẩm. Chú em cười hề hề khi tôi nhăn nhó. "Nói trước thì chị dễ gì chịu đi. Lừa bà như vầy mới được!"

Xe dừng trước một phòng học đơn sơ có tấm bảng ghi *Lớp học tình thương*. Mấy chục cặp mắt trong lớp lố nhố nhìn ra. Hai phụ nữ đang đứng trên bục giảng vội chạy ra đón chúng tôi. "Đây là cô giáo Xương và cô giáo Lãm, đang phụ trách hai lớp sáng chiều. Em quen hai cô lúc đi công tác về xã này. Còn đây là chị họ của em, thưa cô." Hai cô giáo tươi cười: "Cả lớp chờ cậu Minh từ sáng. Cậu hứa về thăm các em, dạy các em hát và sinh hoạt tập thể." Chú em lật đật vô lớp, bày trò liền với tụi nhỏ. Tôi ngồi ngoài hàng hiên trò chuyện cùng hai cô giáo trước khi chú em nhờ tôi tiếp giúp cái gì cũng chưa biết.

Cô Xương 65, cô Lãm 67 tuổi, người gầy, mặc áo bà ba, quần đen giản dị. Cô nói cô dạy tiểu học mấy chục năm, đã về hưu, nhưng thấy trong xã ấp còn nhiều em quá nghèo không đi học được, suốt ngày đi bán vé số, móc bọc ni-lông, mò cua bắt cá, nên hai cô lại đứng ra mở lớp học tình thương này. Có lương bổng gì đâu, còn trích lương hưu ra mua tập vở cho các em nữa. Hai chiếc xe đạp dựng ở bờ tường loang lổ là của hai cô, vượt gần 5 cây số từ nhà đến lớp, mà buổi sáng chỉ dám ăn điểm tâm bằng một củ khoai. Tôi nhìn con đường dằn xóc mà ngán ngược trong bụng.

Cô Xương cười: "Mệt đâu có bằng đến từng nhà năn nỉ ba má mấy em chịu cho con tới lớp. Vì đứa nào cũng có thể làm kiếm tiền phụ giúp gia đình, nên cha mẹ không muốn con đi học, sợ mất thu nhập. Cô phải năn nỉ gãy lưỡi. Có người còn nói sao cô làm chuyện bao đồng, già rồi thì nghỉ cho khoẻ, hổng có lương dạy chi mà ham dữ vậy." Kể xong, cô cười rung cả mái tóc bạc. Cô Lãm tiếp lời: "Nói vậy chớ sau này họ đã hiểu ra. Gần 10 năm rồi, cũng đủ sức thuyết phục."

Một nhóm học trò buổi chiều nghe có khách nên chạy tới lớp sớm để xem. Các em nói chuyện một hồi bèn gây lộn, chửi thể. Cô Xương kêu các em lại: "Nè, cô dạy đừng có chửi thề, quên rồi phải hôn?" Em học trò thanh minh: "Dạ, tại nó chọc em đó cô." Đứa bạn kia sừng sộ: "Ai biểu mầy kêu tên má tao." Cô Xương nghiêm mặt: "Em nào cũng lỗi. Kêu tên người lớn là bậy. Chửi thề cũng bậy. Tính sao với cô đây?" Hai đứa học trò cùng khoanh tay xin lỗi cô.

Tôi nhìn hai đứa trẻ gầy nhom, đen thui, vẻ mặt sớm nhuộm nét phong trần. Bộ quần áo chúng mặc rất cũ, và dưới chân là đôi dép đứt quai gần phân nửa. Tập vở bút mực bỏ vào cái bọc ni-lông được gọi là "cặp." Tôi nén một tiếng thở dài.

Cô Xương hiểu ý: "Học trò của cô là như vậy đó. Dạy mệt lắm, uốn từng chút như uốn cái cây, phải kiên nhẫn. Nhưng lâu ngày các em cũng ngoan dần dần. Và nhiều em đã học xong lớp 5, cô xin cho ra trường phổ thông học lớp 6, giỏi không thua gì con nhà tử tế." "Vậy cô tính dạy tới chừng nào mới nghỉ dưỡng già?" "Bao giờ hết trẻ em nghèo thì cô nghỉ chớ." Cô cười thật tươi. Tôi giả bộ xin đi ra chợ, lén mua mấy hộp sữa bỏ vào giỏ của cô trước khi ra về. Mong cô có sức khoẻ để mỗi sáng đạp xe 5 cây số cô nhé!

Thế là giấc mơ hội ngộ Bồ Tát của tôi phải dời thêm một lần nữa. Ôi chao, cảnh đời sao quá xá mệt! Bồ Tát ơi, mau cứu giúp chúng sanh! Tôi thiếp đi trong ý nghĩ ấy.

Phật chẳng còn hiện ra trong giấc chiêm bao của tôi nữa, chỉ nghe hình như văng vẳng một câu: "Ngày nào con cũng sẽ được gặp Bồ Tát. Khỏi chờ đợi, khi gặp thì tự nhiên gặp mà thôi." Tôi choàng tỉnh dậy.

Tôi trở lại với nếp sinh hoạt cũ. Đi làm, đi học, về nhà, đi chùa, đi chơi... Nhưng ở đâu tôi cũng chú tâm tìm kiếm, mong ngóng Bồ Tát. Giữa đám đông, thấy một bóng áo lấp lánh, tôi ba chân bốn cẳng chạy tới. Thì ra chỉ là cái áo thêu kim tuyến của một cô gái. Nhưng dù không tin vào chuyện thần bí tôi vẫn chắc chắn rằng hễ Bồ Tát xuất hiện thì sẽ phải khác người, sẽ lộng lẫy hơn, đặc biệt hơn chứ. Tôi không thể bỏ cuộc.

Tôi về quê công tác. UBND xã phải qua một bến đò, có ông lão gần 70 tuổi chèo thoăn thoắt. Mà lạ, đò cập bến, hành khách bước lên bờ rồi... đi luôn, không thấy ai trả tiền cho ông lão. Tôi rụt rè hỏi: "Ông ơi, bộ ở đây người ta mua vé tháng hả ông?" Ông cười hềnh hệch: "Đâu có. Ông đưa miễn phí không hà. Cháu chắc mới đi lần đầu?" "Dạ." Ông gác mái chèo, dẫn tôi vào căn nhà lá nhỏ ven bến sông. "Nhà của ông đây. Cháu không gấp thì ngồi nghỉ chân, uống chén nước. Giờ này ít khách, mình nghỉ một lát không sao." Đã có sẵn bình trà đặt trong bộ vỏ dừa giữ ấm, ông rót cho tôi một chén nhỏ. Tôi hỏi hoài, ông mới kể. Thì ra ông đã đưa đò giúp bà con trong làng gần 30 năm rồi. Con sông khúc này không có cầu qua lại, đi vòng thì rất xa, nên ông tự sắm chiếc đò nhỏ rồi ngày ngày giúp các em học sinh tới trường, giúp mấy bà mấy cô tới chợ, hoặc mấy anh chị công chức qua sông. Ai trả tiền ông cũng không lấy. Ông bà sống bằng mấy công vườn tạp quanh nhà, trồng chuối mít sơ sài đủ mua gạo, mắm muối. Bà con thương, lâu lâu tát mương biếu ông con cá, rổ tép. Còn chiếc ghe lâu ngày mục nát, thì cả xóm xúm nhau lại đóng, người hạ cây, người xẻ gỗ, người trét chai. Bến đò có duyên, UBND xã tặng ông và tặng cả xóm cái bằng khen. Nhưng không có cái bằng khen nào bằng tình nghĩa trong làng đối với nhau, cháu à!

Tôi vác ba lô lên đường, lòng bồi hồi nhớ chén trà ấm áp nơi bến sông nghèo.

Công tác xong, tôi tạt qua huyện bên, thăm lại ngôi chùa Kim Huê hồi nhỏ có về dự lễ Vu Lan cùng bà ngoại. Chùa hướng mặt ra một con rạch nho nhỏ, nước trong xanh soi rõ hàng bạch đàn phơ phất lá. Tôi qua cổng tam quan, gõ chân xuống những viên gạch tàu màu đỏ nay đã nhuốm màu rêu xanh. Sân chùa im ắng, nghe rõ tiếng con chim hót trên cây mận đang rải những chùm hoa trắng muốt. Hình như có bóng người nơi góc sân. Tôi bước đến. Thì ra là sư ông. Mô Phật! Tôi chắp tay xá sư ông mà nước mắt muốn chảy ra.

Sư ông mặc chiếc áo vạt hò nâu cũ kỹ, cái quần vá chẳng vá đụp xắn cao lên một chút cho khỏi vướng. Sư ông đang cúi người cưa một khúc củi bằng cây cưa nhỏ. Vóc dáng nhỏ bé, khuôn mặt gầy thanh thoát, nhẹ nhàng đưa lưỡi cưa tạo thành những âm thanh đều đều bình tĩnh. Mạt cưa văng nhẹ hai bên, vàng nhạt dịu dàng. Ai tin được đó là sư ông trụ trì đã hơn "*thất thập cổ lai hy*".

Tôi nhăn nhó: "Trời ơi, quý thầy trẻ đâu không cưa củi mà sư ông phải làm?" Sư ông cười: "Quý thầy đi học hết rồi. Bài vở nhiều lắm con à. Quý thầy cũng làm chớ, tại sư ông rảnh nên ra vườn cho mát vậy mà." Tôi biết sư ông chẳng lúc nào thích ngồi không, nhưng vừa làm lại vừa niệm Phật, chuyên chú tu hành. Sư ông bảo, làm cho khoẻ người, "*nhất nhật bất tác, nhất nhật bất thực*". Tôi nghĩ thầm, sư ông ăn ngọ nên có *thực* bao nhiêu mà *tác* dữ vậy!

Vừa lúc đó, thầy tri sự về tới. Thầy mừng rỡ dẫn tôi vào phòng khách, và thì thầm sợ sư ông nghe thấy. "Hồi trẻ sư ông một mình làm hết mấy mẫu ruộng để nuôi chúng ăn học. Sư ông nói ai cũng đi học thì ai ở lại lo việc chùa, nuôi huynh đệ, thôi sư ông chọn con đường này. Làm ruộng hồi đó cực dữ lắm, đâu có máy móc như bây giờ, mà đồng lại rất xa, chèo ghe đi mỏi cả tay. Sư ông không than thở một tiếng, chỉ mong huynh đệ thành tài mà lo hóa độ chúng sanh. Cùng thế hệ với sư ông, quý Hòa Thượng đều trở thành những vị giảng sư nổi tiếng, riêng sư ông cứ cây cày cây cuốc hoài vậy. Bây giờ già rồi, làm trụ trì rồi, không cho sư ông ra đồng, thì sư ông cũng kiếm việc làm quanh quẩn trong chùa như tất cả mọi người trong chúng, ăn uống cũng ăn chung một mâm, một món với chúng. Chẳng bao giờ thấy buồn phiền vì huynh đệ tài giỏi, nổi danh hơn mình, cũng không so đo chùa lớn chùa nhỏ. Giáo lý không học nhiều thì sư ông chuyên trì danh niệm Phật, lo về Tịnh Độ là xong."

Tôi ngỡ ngàng. Tiếng guốc vông của sư ông đã lộc cộc bước vào. Tôi nghe như hương hoa lài hoa sen từ sân chùa vương theo áo sư ông tỏa vào gian phòng tĩnh lặng.

Tôi quay về thành phố. Công việc lại ngập đầu trong cái nhịp sôi động quen thuộc. Cho đến khi tạm dứt ra được một chút, tôi quyết định thưởng cho mình một buổi tối giải trí tại Nhà hát kịch, hơn là ngồi thu lu ở nhà ôm cái tivi và đầu đĩa quanh năm. Vé mua rồi, ngồi căn-tin uống nước lai rai chờ mở màn, ngắm thiên hạ đầm váy xinh đẹp đi xem hát và các anh chị nghệ sĩ đi vòng ra cửa sau vào phòng hóa trang. Chợt nghĩ, "Có khi nào Bồ Tát xuất hiện ở chốn vui chơi như vầy không?" Nghĩ rồi bật cười một mình. Hóa ra cũng không quên ước mơ được gặp Bồ Tát.

Một người đàn ông trung niên đẩy xe honda vào khu dành cho diễn viên rồi bước vào căn-tin mua chai nước suối. Tôi a lên một tiếng. Anh Lê Duy, chồng của chị Hạnh bạn tôi. Anh cũng trông thấy tôi, mỉm cười tiến lại bàn. "Ủa, anh đi đâu đây?" "Hôm nay khai trương vở mới, anh đi xem." "À, em quên mất anh là cán bộ của Hội Sân khấu." "Cô cũng còn thời gian đi xem kịch hả? Tưởng việc công ty bận ngập đầu chứ. Anh nói thiệt, làm kinh doanh như cô thì anh chịu thua." "Vậy làm nghệ thuật như anh, em cũng chịu thua. Sao, lúc này có gì mới không? Nghệ thuật luôn luôn là cái mới..." "Có. Lát nữa cô sẽ xem một loạt diễn viên trẻ măng mà Nhà hát mới 'trồng' thay cho lứa cổ thụ cũ đã trưởng thành bay đi khắp nơi. Có thể các em chưa tên tuổi lắm, nhưng đủ sức thu hút bởi chính sự nỗ lực, sự chân thành." "Thôi, điều đó thì em tin, nhưng cái xe anh đi vẫn cũ sì, sao không chịu đổi mới dùm? Loại cúp 70 này cho vô viện bảo tàng được rồi, chớ nó không phù hợp với cương vị của ông cán bộ lãnh đạo Hội chút nào."

Lê Duy cười khà: "Lãnh đạo gì cô ơi. Mà phụ nữ mấy cô sao hay để ý chuyện vặt vãnh, mấy đứa diễn viên trẻ cũng tối ngày theo chọc anh về cái xe. Anh thấy nó còn tốt, tự nhiên đem đổi làm chi. Mà nó có một kỷ niệm sâu sắc, nên anh giữ lại vậy mà." "Chà, em phải méc chị Hạnh... Chuyện bây giờ mới kể à nha!"

Lê Duy tủm tỉm: "Vui miệng nói cô nghe chơi. Anh đã từng đem nó ra tiệm cầm đồ. Hồi 1989, trong nhà chỉ có nó là tài sản đáng giá duy nhất, mà đang lúc cần tiền tổ chức Liên hoan Sân khấu nhỏ, không ai tài trợ hết, anh liều mạng cầm chiếc xe được 3 triệu đồng. Hẹn một tháng tới chuộc, nhưng cũng không biết có chuộc nổi không, thây kệ. May sao, Liên hoan được nửa chừng thì mạnh thường quân tới tấp gởi tiền ủng hộ. Nếu không, anh gút-bai nó luôn rồi. Hì hì..." "Sao anh không xin kinh phí của Nhà nước?" "Chẳng ai tin mình sẽ làm được việc cả. Vì hồi đó anh thấy lớp trẻ vừa tốt nghiệp trường Sân khấu ra không đoàn nào nhận về, các em phải trôi dạt chờ thời tại các nhà văn hóa quận huyện. Anh tổ chức Liên hoan để các em có cơ hội thể hiện mình, để mọi người thấy năng lực lớp trẻ mà sử dụng. Nhờ vậy mà có một thế hệ trẻ trưởng thành. Nhưng lúc đó đâu dám nói là cầm xe, sợ tụi nhỏ nản lòng, phải giả bộ nói các ban ngành ủng hộ dữ lắm. Mà thiệt, khi xem các em diễn một số vở, mọi người mới hoan nghênh và giúp đỡ, anh lấy tiền đem chuộc ngay chiếc xe."

Tôi xuýt xoa vì cái máu liều của anh. Bởi tôi hiểu, thời điểm ấy có được chiếc cúp đã là khó, nhất là với đồng lương công chức, nghệ sĩ như anh. Dù số tiền cầm xe chỉ đủ chi cho mỗi diễn viên trẻ vài tô phở cầm hơi, nhưng đã là một lực đẩy rất mạnh ở những bước chân đầu tiên vô nghề, mở ra niềm tin và hy vọng. Vậy, không phải anh liều, đó là tâm huyết của một nghệ sĩ, muốn vun trồng cho người khác, cho cái đẹp nghệ thuật.

Tôi trở về nhà với dư âm nhân hậu của vở kịch. Sàn diễn không khác cuộc đời, vẫn đau đáu thông điệp của cái thiện và sự hy sinh.

Đêm ấy, Phật lại hiện ra trong giấc mơ tôi. Tôi giận lẫy: "Thôi, con không thèm nghe Phật hứa nữa đâu." Phật cười: "Con đã gặp Bồ Tát rồi mà." "Ủa, con gặp hồi nào?" "Vậy con quan niệm Bồ Tát là như thế nào?" "Dạ, con nghĩ Bồ Tát là vị luôn cứu giúp chúng sanh vượt qua những khó khăn, đau khổ. Không nề hà vất vả, hiểm nguy, không phân biệt sang hèn, không kể công kể sức. Lòng thương yêu chúng sanh vô bờ bến nên mới có đủ năng lực chịu đựng như thế." "Đúng rồi. Vậy những người con đã gặp vừa qua họ có lòng thương yêu người khác, chấp nhận hy sinh để cho người khác hạnh phúc, vượt qua đau khổ hay không?"

"Dạ... có ạ." Những gương mặt lướt qua trong trí nhớ tôi, và tôi đành công nhận. Nhưng còn thắc mắc: "Nhưng Bồ Tát phải có thần thông chứ ạ? Không lẽ Bồ Tát gì quá bình thường, không khác người, không đặc biệt gì hết trơn? Phải có thần thông, hóa phép gì đó con mới tin..."

Đức Phật lắc đầu: "Mèn ơi, con nhỏ này coi phim riết rồi lậm! Chắc con tưởng Bồ Tát giống trong phim Tây Du Ký, tỏa tỏa hào quang, bay cái vèo, hô biến ì đùng đó hả? Hổng phải đâu con. Bồ Tát mà hiện ra kiểu đó thì thiên hạ xúm lại coi như gánh xiếc, rồi cầu xin tùm lum, Bồ Tát chịu đời gì thấu. Muốn thực hành hạnh nguyện lợi tha một cách trọn vẹn, Bồ Tát phải hòa mình cùng chúng sanh, chịu đựng đau khổ, khó khăn như chúng sanh, để rồi từ đó nâng đỡ chúng sanh một cách âm thầm, kiên nhẫn. Phải giấu mình đi con ạ, thậm chí quên mình là Bồ Tát. Còn thần thông ư? Con tưởng tượng đi, nếu là con, con có gánh nổi cả gia đình nào cha mẹ, em út như cô Thảo, với đồng lương nhỏ bé và thời gian khắc nghiệt đó không?" Tôi trả lời cái rụp: "Dạ, chắc con chết ngắc!" "Ừ. Thế con có gánh nổi lũ học trò nghịch phá bụi đời như cô Xương, cô Lãm không?" "Dạ, con nổi nóng chắc đánh nó quá." "Ừm ừm, con nhỏ này sân si ghê chưa! Rồi con có sức để chèo qua chèo lại con sông đó mỗi ngày 20 lần không?" "Hu hu, chắc con gãy tay Phật ơi!" "Nè, nè, chưa chi đã khóc, con có dám cầm chiếc xe Dream mới cáu của con để lấy tiền cho lớp sinh viên trẻ không?" "Ái chà, con... con... Thôi, con mệt quá, vô chùa tu cho rồi!" "Vô chùa, con có cáng đáng nổi cả chục mẫu ruộng để nuôi huynh đệ ăn học không?" "Ý trời, Phật hổng thấy con ốm nhom ốm nhách sao? Khiêng bao lúa hổng nổi mà biểu con làm ruộng..." "Đó, sư ông cũng ốm nhom ốm nhách vậy mà sao sư ông làm nổi, chẳng phải thần thông là gì? Ông lão chèo qua sông mấy chục lần cũng gọi là có thần thông đó con. Và cô Thảo có năng lực gì mà dỗ dành được ông bố, bà mẹ, cậu em trai quậy phá? Con hiểu thần thông chưa con?" "Dạ... hiểu. Ý mà Phật ơi, nếu Bồ Tát là như vậy thì trên đời này có nhiều Bồ Tát lắm. Đi đâu con cũng gặp người tốt cả." "Ừ, và chính con cũng có thể mang hạnh nguyện Bồ Tát đấy." "Mô Phật, con hổng dám đâu. Con yếu đuối, lười biếng, sân si quá chừng..." "Ấy, sao con lại tự kỷ ám thị một cách tiêu cực vậy. Phải đánh thức cái tốt trong mình chứ. Hạt giống thương yêu có sẵn trong con rồi, chỉ cần con tưới cho nó chút nước là nó nảy mầm thôi. Có tình thương với chúng sanh thì trước sau gì con cũng sẽ tìm cách cứu giúp chúng sanh, vậy là thành Bồ Tát đó. Thí dụ mấy hộp sữa mà con lén biếu hai cô giáo..." "Ủa, chỉ có hai hộp sữa mà con thành Bồ Tát hở Phật? Sung sướng quá!" "Tất nhiên là Bồ Tát nhí, Bồ Tát ốc tiêu thôi nghen con. Muốn làm Đại Bồ Tát thì phải hy sinh nhiều lắm." "Dạ, từ từ tính Phật ơi. Cho con lên lớp dần

dần chứ bắt con thi liền chương trình cao cấp làm sao con thi nổi!" "Biết rồi! Tùy căn cơ chứ ai mà ép con. Thôi ta đi nghen. Chúc con thành Bồ Tát Ma Ha Tát."

Tôi chưa kịp chào thì Phật đã biến mất. Giấc mơ chỉ còn lại một vầng mây xanh thắm lơ lửng giữa trời, và trong đó có cánh diều của tôi bay lượn vẽ nên những vần thơ hạnh phúc...

PHÓNG SANH

Mỗi ngày rằm, ngôi chùa nhỏ ven sông lại xôn xao. Tiếng lũ trẻ chạy khắp xóm la rân: "Lại coi thầy phóng sanh tụi bây ơi!" Những bàn chân khẳng khiu, đen mốc vì suy dinh dưỡng sải ào ào trên đường làng mấp mô đất sau một cơn mưa. Và rồi những gương mặt đen nhẻm bởi nắng gió tụ tập đen kín vòng trong vòng ngoài...

Thầy bảo cô Diệu Thiện bưng thau cá ra bờ sông. Cái thau màu xanh cũ kỹ nhưng bên trong đặc khừ những cá khiến lũ trẻ reo lên: "Trời ơi, cá rô ngon quá chừng bây ơi! Tép, tép nữa kìa." Cô Diệu Thiện chắt lưỡi: "Ngon cái gì! Người ta phóng sanh mà tụi con muốn ăn hay sao lại bảo ngon?" Thằng Được buột miệng: "Dạ ngon thiệt chớ! Con cá rô bự chẳng kia con ăn cả chén cơm lận đó!" Con Thuý thấy vậy hùa theo: "Ừa, tao mà có vài con tép kia rang lên ăn cũng đã. Hôm qua má tao cho ăn kho quẹt mặn chát."

Cô Diệu Thiện xua tay: "Thôi thôi, nín dùm đi mấy anh mấy chị. Sao mà om sòm, nói bậy nói bạ, thầy la bây giờ. Tối ngày lo ăn không hà, sát sanh không sợ!" Cô vừa dứt lời thì thầy ra tới. Lũ trẻ im bặt. Chúng nín thở nhìn theo bàn tay thầy đang cầm một nhánh bông trang nhúng trong ly nước trắng. Thầy bắt đầu tụng chú, rồi dùng nhánh bông rải nước lên cái thau, chuẩn bị thả cá. Lũ cá nghe xao động mặt nước, liền quẫy đuôi làm bắn nước lên tung toé.

Cô Diệu Hoa và cô Diệu Hồng là hai người xuất tiền mua cá thả hôm nay, nên được "vinh dự" cầm cái thau nghiêng xuống bờ sông. Cá tép trong thau tuột dần xuống. Tép thì búng tanh tách, còn những cái lưng đen bóng của cá rô và cá bống dừa thì lơ lửng một hồi trong làn nước xanh biếc trước khi tỉnh táo hẳn để quẫy đuôi thật mạnh lội băng theo dòng,

69

mất hút vào mênh mông tìm lại cuộc đời tự do. Ắt hẳn chúng phải "hú hồn hú vía" sau một cuộc truy bắt tưởng đâu đã tiêu đời trong nồi trong chảo. Hai cô Phật tử nở nụ cười sung sướng. Hôm nay họ thả gần 10 ký cá chứ ít sao, sơ sơ 1 ký chừng 70 con lớn nhỏ, vị chi hai cô đã giải thoát cho 700 sinh mạng. Phước đức biết chừng nào!

Cô Diệu Huệ chắp tay: "Bạch thầy, tháng sau con xin đăng ký phóng sanh." Cô Diệu Thông cũng chắp tay: "Bạch thầy, cho con cùng đăng ký với cô Huệ." Thầy gật đầu: "Được rồi, thầy sẽ ghi tên hai cô vào sổ. Còn ai muốn phóng sanh nữa thì cứ đăng ký sau nhé." Cả đoàn người lục tục kéo nhau lên chùa lạy Phật trước khi ai về nhà nấy.

Bến sông chỉ còn trơ lại anh Năm Thìn, ngồi chồm hổm dưới gốc cây ô môi nhìn hoài xuống mặt nước. Bà Bảy đi ngang qua hỏi: "Mầy chưa về hả Năm? Nhìn gì dữ vậy?" Năm Thìn gãi đầu: "Ờ... thì tui nhìn... cá. Tiếc ghê hén bà Bảy. Hồi nãy mà có lưới kéo một cái thì... đã tay. Tự hôm rày tui tát mương, kéo lưới gì cũng ít xịt cá, tụi nhỏ ở nhà ăn cực quá chừng." Bà Bảy nạt: "Nói bậy. Người ta thả, bây lại đòi bắt. Người ta lo phóng sanh cho có phước, bây cứ nghĩ chuyện sát sanh."

Năm Thìn thở dài: "Tui cũng biết phóng sanh thì có phước, nhưng mình nghèo quá đâu có tiền mua cá mà thả như mấy cô Phật tử đó. Con tui còn không có cá ăn, lấy đâu tới thả. Mà bà Bảy nói đừng sát sanh, vậy vợ con tui biết ăn cái gì bây giờ? Bà không thấy cả làng cả xã mình phần lớn nghèo như tui, sống nhờ con cá dưới sông, cọng rau trong vườn, quanh năm không có đồng bạc nào để đi chợ. Lo tiền trường cho con, tiền thuốc cho vợ, đã muốn ná thở."

Nghe giọng Năm Thìn hơi dẫn dỗi, bà Bảy tức cười: "Ai biểu bây kiếp trước không chịu tu, bây giờ phải chịu cái nghiệp. Càng sát sanh thì càng khổ hơn đó con. Nếu làm được như mấy cô Phật tử đó thì cái nghiệp mới nhẹ đi." "Thôi bà ơi, tui biết hết trơn á. Nhưng bây giờ biểu vợ con tui nhịn ăn cá luôn chắc... nó chết. Bà cho tiền tui mua tàu hủ đi, cả nhà tui sẵn sàng ăn chay liền." Bà Bảy phì cười: "Thì bắt cá bán, đem tiền mua tàu hủ." Năm Thìn phủi đít đứng dậy: "Bà chọc tui hoài. Làm kiểu đó phóng sanh chi cho mất công." Và anh ta bươn bả đi về nhà.

Căn nhà như một căn chòi nhỏ xíu, bốn bề vách lá thủng lỗ chỗ, che thêm mấy tấm ni lông đủ màu anh lượm lặt quanh chợ. Cả xóm có rất nhiều căn nhà như thế, nên riết rồi Năm Thìn tự an ủi, quên đi giấc mơ hồi mới cưới vợ là phải có một căn nhà tử tế. Chỉ lo chạy gạo và tiền tập vở, quần áo cho hai đứa con đã đủ mệt. Nhìn con Thúy đã mười tuổi nhưng tong teo chỉ bằng con bé Misa 6 tuổi của chú em trai trên thành phố mà Năm Thìn đứt ruột. Bữa anh lên thành phố thăm chú Út, thấy mâm cơm đầy vung nào cá thu chiên, nào thịt chà bông, nào chả lụa, vậy mà con bé Misa cứ ngúng nguẩy không thèm ăn. Chả bù với con Thúy và thằng Thương, bữa nào cũng cá kho khô, tép rang, canh rau mồng tơi hái ngoài hàng rào, vậy mà vét nồi cạn đáy. Nhưng đó là còn may, chớ bữa nào Năm Thìn tát mương, kéo lưới không có cá, thì vợ con anh ăn nước mắm là chuyện thường. Con nít cả xóm này cũng y như vậy, nên thôi, than thở làm gì.

Nhưng mỗi lần mấy cô Phật tử phóng sanh cá, là Năm Thìn... ngồi tiếc. Anh biết mình nghĩ bậy, nhưng tự nhiên nó nghĩ, biết làm sao! Ước gì mình có đủ phước đức như người ta mình cũng đi phóng sanh, chớ ai mà muốn tạo tội sát sanh làm chi!

*

Lật bật mà một tháng trôi qua thiệt mau. Lại tới ngày phóng sanh. Chùa lại rộn ràng, bến sông lại đầy ken con nít và dân trong xóm. Nhưng lạ, sao lần này hổng thấy mấy cô Phật tử đánh tiếng cho người ta đem cá tới bán như những lần trước. Ngược lại, trong bếp chùa lại um sùm tiếng người cười nói, tiếng dao thớt lộp cộp. Đằng này xắt đậu hũ, đằng kia xắt củ sắn, góc nọ rửa nấm mèo, nấm rơm... Năm Thìn mon men hỏi: "Ủa, chùa mình bữa nay có đám hả bà Bảy?" "Ừ. Thầy mời cả xóm tới ăn đó nghen. Bây đi ra vàm mời mấy nhà ngoài đó, còn trong này thằng Tám Lựa đi rồi. À, coi qua nhà ông Tư mượn thêm mấy cái ghế đi con, sợ thiếu." Năm Thìn hít mũi: "Chà, làm món gì ngon vậy bà Bảy? Mà... có cho con nít vô ăn không?" "Có. Lớn bé gì thầy cũng đãi hết. Dẫn đám con của bây vô ăn luôn." Năm Thìn vỗ tay cái chát: "Trời, tui phải về kêu vợ tui đừng nấu cơm!" Bà Bảy cười: "Cái thằng!" Năm Thìn phóng như bay đi.

Mới xế xế trưa mà thức ăn đã nấu xong và dọn lên bàn. Có ba món thôi, nhưng món nào cũng trông thiệt ngon. Đích thân cô Diệu Thông vô bếp, làm "chủ xị". Cô nấu la-gu chay vàng ươm, béo ngậy, lũ con nít chấm bánh mì tới tấp. Còn món bún riêu chay thì trắng tươi những váng đậu hũ kết lại trong làn nước sóng sánh màu cà chua đỏ hồng, bên cạnh là một dĩa rau giá tươi xanh. Cuối cùng là món cơm bì, chan nước mắm chay ăn không thua gì cơm tấm bì ngoài chợ.

Cả xóm ăn vui quá chừng, mà hổng biết thầy cúng đám gì, sao không nghe thông báo trước. Đám giỗ Hòa thượng thì đã qua rồi. Phật đản, không phải. Vu Lan, cũng không. Thôi kệ, từ từ hỏi sau, miễn thầy cho ăn là đỡ đi chợ một bữa. Nói nghe kỳ vậy ta? Ừ, thì kỳ, nhưng thiệt tình là vậy. Bữa nay Năm Thìn cũng khỏi đi kéo lưới. Tám Lựa khỏi đi cào cá chạch. Chà, bữa nay có cả chục con cá chạch thoát khỏi cái bàn cào bén ngót của Tám Lựa nghen. Thôi ăn đi cha, ngồi ăn chay mà cứ nhớ mấy con cá, tội lút đầu. Hổng phải đâu cha, tui đang mừng giùm nó là bữa nay nó thoát chết. Ừ, vậy thì được. Ủa mà ăn chay vầy coi bộ còn bổ hơn mấy bữa nhà tui ăn nước mắm à nghen. Chớ sao, coi nè, tàu hủ, nấm rơm toàn là chất gì... gì... tương đương thịt cá, bữa thầy giảng quên mất tiêu rồi. Chất đạm cha ơi. Nghe lỗ tai bên đây chạy lỗ tai bên kia. Ờ ờ, chất đạm. Thúy, Thương, ăn nhiều nhiều vô con, bù lỗ hôm qua ăn cực, lát nữa ba xin thầy một túm đem về chiều cho con ăn. Trời đất, tham quá đi, ăn còn đòi xách dìa! Kệ tui, tui nghèo, thầy thương, có gì xấu hổ. Phật từ bi chớ bộ...

Loáng cái, thức ăn đã sạch nhẵn. Mọi người sực nhớ: "Thầy ơi, thả cá đi thầy, bộ thầy quên hả thầy?" Thầy bước ra tủm tỉm cười: "Thầy thả rồi." Mọi người ngơ ngác: "Ủa, hồi nào? Sao con không thấy?" "Thầy thả lúc các con đang ăn đó." "Mèn ơi, sao thầy hổng kêu tụi con ra coi." "Chính tay các con thả, đâu cần chạy đi đâu coi nữa." "Ơ... vậy là sao..."

Thầy lại tủm tỉm cười: "Mỗi bữa ăn, con ăn bao nhiêu con cá? Thí dụ cá bống đi." "Dạ, cá bống nhỏ xíu chắc phải ăn 10 con." "Vậy ở đây có tất cả bao nhiêu người?" "Dạ, chừng 70 người, tính luôn con nít đó thầy." "Ừ, làm toán nhân thử coi một bữa sáng 70 người ăn có phải hết 700 con cá bống không. Mà hôm nay các con ăn chay, nghĩa là các con vừa tha cho 700 sinh mạng. Như vậy các con đã phóng sanh rồi, đâu cần phải xuống sông làm lễ thả cá nữa."

"Nhưng thầy ơi, tiền này của cô Diệu Thông và Diệu Huệ đi chợ làm tiệc, thì phước đức phóng sanh là của hai cô chớ tụi con chỉ ăn thôi, đâu có phước."

"À, chuyện này thì ngược lại. Nếu cô Thông, cô Huệ mua cá thả thì chỉ hai cô có phước, nhưng nếu hai cô làm tiệc chay đãi 70 người thì cả cô lẫn 70 người này đều có phước. Vì 70 người này cùng tham gia tha bổng cho 700 sinh mạng kia mà. Chưa kể, hai cô còn giúp cho dân mình ăn no, đầy đủ chất bổ, trẻ em bớt suy dinh dưỡng, thì thầy nghĩ cái phước đó còn cộng thêm vô cái phước phóng sanh. Phải không nào?"

Cả xóm vỗ tay rần rần: "Hoan hô thầy! Hoan hô cô Thông, cô Huệ!" Thầy đưa nhánh bông trang lên: "Từ nay, mỗi ngày rằm, thay vì bỏ tiền mua cá đem thả, thì chúng ta dùng số tiền ấy nấu tiệc chay đãi cả xóm cùng ăn, cùng giữ giới không sát sanh, các con có chịu không?" "Dạ chịu, dạ chịu." "Vậy ai đăng ký cho tháng tới thì nói thầy ghi tên vô sổ nhé." "Dạ, dạ."

"Bạch thầy, còn tụi con không có tiền làm tiệc thì xin tới phụ giúp nấu nướng, dọn dẹp, chớ ăn hoài mắc nợ nhà chùa..."

"Không sao, miễn con phát tâm giữ giới là đã sinh phước đức. Nhờ giữ giới mà cuộc đời con có thể bớt khổ, hoặc khá giả, rồi sau này đến lượt con làm tiệc đãi lại mọi người."

"Thầy dạy hay quá. Nhưng thầy ơi, chừng nào giàu tính sau, chớ ngay bây giờ cả xóm cùng quây quần ăn uống, tu hành như vầy con thấy hạnh phúc quá."

"Đúng vậy, hạnh phúc ngay trong hiện tại. Ngày hôm nay chúng ta còn được ngồi bên nhau hòa thuận trong tình đồng đạo, tình làng nghĩa xóm như thế này chính là một hạnh phúc, phải cảm nhận lấy nó."

Một hồi trống bát nhã ngân vang. Mặt trời lên cao, đường làng ngập bóng tre bóng trúc. Những dáng người thanh thản bước đi dưới bóng cây râm mát, nghe lòng cũng dịu mát niềm vui. Dưới dòng kênh xanh, những con cá lòng tong nhởn nhơ lội trên mặt nước, tấm lưng thon dài trong veo tung tăng theo từng con sóng nhỏ. Chúng ngước mắt nhìn lên, thấy ai đó mỉm cười với chúng, thật bình yên...

SỐNG CHUNG VỚI LŨ

Đang yên thân tu hành tại một ngôi tự viện trong thị xã, thầy bỗng phát nguyện về vùng sâu vùng xa hóa đạo. Lập tức, thầy được giao một ngôi chùa nhỏ ở huyện biên giới. Thế là, khăn gói lên đường. Hành trang chỉ có cái đãy nâu nhẹ tênh và một trái tim hừng hực lửa yêu đời, yêu Phật pháp, chúng sanh.

Thế mà bây giờ, sau 5 năm, thầy chán nản muốn bỏ đi, muốn chạy khỏi nơi này bởi quá mệt mỏi và thất vọng. Thầy ngồi bó gối nhìn ra sân chùa, nơi con nước tràn về lênh láng, ngập hết mấy luống rau, ngập cả căn bếp thấp. Thầy không buồn ăn cơm, chỉ uống ly bột đậu nành cầm hơi, chờ con nước rút. Mà nó cũng không rút bao nhiêu, thầy biết phải chịu đựng suốt mấy tháng như thế mới tới mùa khô. Cái xứ Đồng Tháp Mười này năm nào cũng có lũ về, như chuyện thường ngày ở huyện. Thành ra, chỉ có mỗi việc là chờ đợi, và nước vẫn ngập vô tư...

Đôi mắt thầy chạm phải cánh cổng tam quan. Hình ảnh xưa chợt hiện về. Ngày đó, thầy hăng hái lên đường "nhận nhiệm sở", sau những năm ngồi mòn ghế giảng đường Phật học, thèm một cái gì đó thay đổi khác đi. Và không ngờ, chùa ở xa quá chừng xa. Xe từ thị xã phải đi tiếp mấy chục cây số nữa. Xuống xe, đi bộ ra bến sông, đợi đò. Con đò ung dung qua lại giữa hai bờ xanh biếc cỏ cây, như không thèm đếm xỉa gì tới cái nóng ruột của khách.

Và dòng sông đã làm thêm một nhịp cắt nữa với thế giới văn minh bên này. Qua bờ bên kia, là một thế giới nghèo khổ, lạc hậu. Những mái tranh xiêu vẹo, những con người lam lũ, thiếu thốn cả phương tiện giải trí, văn hóa. Đêm đêm, chỉ có cái ra-đi-ô phát ra những câu vọng cổ buồn não nuột. Xa xa mới có một căn nhà sắm tivi, chớp tắt đèn màu như một tụ điểm sang trọng nhất xóm...

Và chùa của thầy lọt thỏm giữa một khu đất mọc đầy cỏ dại. Mái ngói cũ kỹ thấp lè tè chỉ đủ che nắng mưa cho tượng Phật nhỏ, đường nét điêu khắc chất phác như gương mặt người nông dân thế kỷ trước. Quanh Phật Thích Ca, có thêm vài tượng nữa, cũng đất sét thô mộc, đường nét chân chất. Bồ Tát Quán Âm giống y bà mẹ ở nhà, gò má bầu bĩnh thấy mà thương. Còn ông Thiện thì đẹp trai hiền khô như cái anh đóng tuồng hát bội về cúng đình năm nọ. Ông Ác cũng không thấy ghê chút nào, mà như ẩn giấu một nụ cười trong cái nhe răng hùng hổ. Thầy đứng ngắm mấy pho tượng, mỉm cười một mình.

Từ chánh điện vừa bước mấy sải là đã ra tới hậu tổ và nhà bếp. Tất cả đều lợp tole, thủng lỗ chỗ, trơ trọi mấy cục gạch ông táo đen thui đầu, lạnh ngắt củi lửa. Thầy quơ đại mấy nhánh xoài khô mới rụng ngoài vườn, nhen một ấm trà. Thầy bưng trà lên cúng Phật. Hương trà nghi ngút lẫn vào hương cỏ chung quanh...

Gần hai năm sống độc cư... Một mình thầy quanh quẩn trong chùa, hết làm cỏ vườn, tới trồng rau cải, rồi nấu cơm, rửa chén, rồi tụng kinh, niệm Phật. Dân chúng không ai tới chùa, chỉ đứng ngoài nhìn vô quan sát. Thầy mở cổng chùa thật rộng, nhưng chẳng có ai bước qua lần ranh ấy để vào.

Thấy vậy, thầy đã làm mọi cách để tiếp cận. Đầu tiên là làm quen với lũ trẻ con trong xóm. Thôi thì, mỗi ngày có bao nhiêu bánh kẹo thầy đều đem ra đãi hết. Lũ trẻ tới chùa ào ào, cười giỡn tưng bừng. Thầy dạy chúng niệm Phật, đi kinh hành, dạy chúng đừng chửi thề, nói tục. Hết bánh kẹo, tới xâu chuỗi, tập vở, bút mực... Thầy trút hết túi hò túi xê ra lo cho tụi nhỏ, vì gia đình chúng cũng quá nghèo. Nhưng hình như đâu vẫn hoàn đấy. Chúng nó ăn hết bao nhiêu bánh kẹo rồi mà vẫn nghịch ngợm như quỷ sứ, tới giờ thầy tụng kinh là chúng vô tư chạy giỡn, thậm chí có thằng Tí còn rình ăn cắp cái búa chẻ củi của thầy đem đi bán để đánh bài. Con Na lén lén ra vườn chọi xoài, mấy chùm xoài cát thầy để dành bẻ cúng Phật bị nó ném rụng xuống chấm nước mắm đường sạch ráo. Rồi đến lượt cha mẹ chúng mon men tới chùa. Thầy lại khuyên ăn chay, niệm Phật. Nhưng họ lắc đầu: "Tui hồi nào tới giờ hổng biết ăn chay thầy ơi. Thôi, ăn hiền ở lành được rồi, cần gì phải tu hả thầy?" Họ bươn bả xin thầy mớ rau, trái chuối rồi dông tuốt về nhà. Thầy nhìn theo, đau buốt trong lòng.

Chưa hết, mới đây thôi, có những chuyện khiến thầy càng thêm chán nản. Số là thầy lấy hai câu thơ trong cuốn sách của Hòa thượng Nhân Từ, sửa lại chút ít cho vần, rồi khắc lên hai cây cột ngoài cổng tam quan. Nhưng chính quyền xã không biết nguồn gốc hai câu thơ, cứ làm khó bảo thầy đục bỏ. Thầy làm đơn khiếu nại lên trên, vụ việc còn đang dùng dằng chưa giải quyết xong. Khổ vậy, có những địa phương mà cán bộ nhà nước rất am hiểu tôn giáo, am hiểu văn hóa, lịch sử, đọc nhiều sách báo, thì họ hỗ trợ cho quý thầy và quý sư cô nhiệt tình. Nhưng cũng có một số địa phương mà cán bộ còn hạn chế, thì họ thường gây những khó khăn không đáng có cho chùa chiền. Thầy cũng biết nước chảy không đồng đều, chỗ gò chỗ trũng, nhưng thầy xui quá, gặp ngay chỗ bực mình như vầy. Cứ vài bữa lại có người tới kiểm tra, rồi có người nói vô nói ra đủ thứ, thật là mệt!

Chính vì vậy cái tư tưởng bỏ đi càng lúc càng đậm nét trong đầu thầy. Tìm nơi nào chính quyền dễ chịu, Phật tử thuần thành, thầy tới đó hóa độ là yên thân. Ừ, vậy đi. Thiếu gì chùa của huynh đệ đang mời thầy về ở, giảng dạy. Thầy nhớ hồi đó sư huynh Thiện Trí cười tủm tỉm hỏi: "Suy nghĩ kỹ chưa? Không đơn giản và lãng mạn như ông nghĩ đâu nghen. Thực tế khắc nghiệt lắm, mai mốt bỏ chạy thiên hạ cười đó!"

Thầy chắt lưỡi: "Em phát nguyện rồi mà, khó khăn gì em cũng ráng vượt qua. Còn trẻ, phải xông vào nơi khó khăn để gầy dựng Phật pháp chớ sư huynh!" "Hà hà, tui hổng biết. Chỉ biết là chừng nào ngán thì quay về đây ở với tui!" Bây giờ, gương mặt sư huynh lại hiện ra trong trí nhớ thầy. Thầy mà xách đãy về, sư huynh mừng phải biết.

Chiều xuống tự lúc nào. Con nước cũng vơi đi một ít, để lộ nền gạch tàu đóng rong của căn bếp chật chội. Thầy thả chân xuống, phải nấu gói mì ăn trước khi tụng kinh chứ. Thầy cẩn thận dò từng bước, sợ trượt chân ngã vì lớp rong nhớt lầy. Thầy tìm cái hộp quẹt để nhen lửa. Chà, không còn củi. Thầy sơ ý để giàn bếp bị lật, mớ củi chúc đầu xuống nước, ướt nhẹp. Thôi, cứ đốt tạm mấy cọng lá dừa này, đủ sôi gói mì. Mai tính tiếp.

Thầy đang loay hoay thì nghe tiếng gọi:

- Thầy ơi! Thầy ơi!

- Ai đó?

- Tui đây. Thầy ra mở cổng tui vô thầy ơi.

Cánh cổng thầy đã gài chặt tự hôm rày, vì không muốn ai quấy nhiễu nữa. Thầy muốn thu mình lại, không dính dáng gì tới cái thế giới xung quanh. Thầy miễn cưỡng đi ra mở khoá.

- Bà Tám mới qua. Nước nôi lênh láng vầy bà đi đâu cực vậy?

- Mèn ơi, thấy chùa đóng cửa kín mít mấy bữa, tui sợ thầy có đau ốm gì không, chạy qua coi thử.

Thầy cười:

- Tôi không sao.

- Ủa, thầy cầm tô chi vậy? Thầy chưa ăn cơm hả?

- À, tôi định nấu gói mì. Bà kêu nên chạy riết ra.

- Mèn ơi, hổng có cơm sao thầy ăn mì? Hay để tui kêu sắp nhỏ bưng cơm qua thầy nghen. Có đồ ăn không? Chắc thầy hổng đi chợ được hả, thôi để tui cúng thầy chai nước tương với mấy trái đậu bắp. Tui chạy về rồi tui đem qua. Thầy đừng đóng cổng nghen. Để đó tui vô khỏi kêu thầy mắc công.

Bà Tám nói một hơi rồi te tái đi về. Cái quần đen rách dưới lai xắn cao hai bên hông lội lũm chũm trong lớp nước đục ngầu phù sa trên sân chùa.

Chưa đầy mười phút, bà Tám trở qua liền, kéo theo một đám con nít chuyên bắn tỉa bánh kẹo của thầy. Chúng nhào tới chỗ thầy tíu tít:

- Trời ơi, tự hôm rày thầy hổng mở cửa chùa, tụi con buồn muốn chết. Muốn vô, mà hổng dám kêu.

Thầy ngó lơ chỗ khác:

- Bữa nay thầy hết bánh rồi.

- Dạ đâu có sao. Tụi con ngồi chơi. Thầy kể chuyện cổ tích đi thầy. Chuyện cái ông gì chém được 99 ngón tay của người ta đó, còn 1 ngón thì ổng rượt ông Phật của mình định chém nữa. Hay chuyện con voi say. Mà thôi, chuyện thái tử giết cha cướp ngôi đi thầy...

Con Na liền nạt đứa bạn:

- Ê, mầy lộn xộn quá! Mầy biểu thầy kể tùm lum làm sao thầy kể kịp. Nghe chuyện nào thì nghe một chuyện thôi chớ.

Thầy phì cười:

- Được rồi. Từ từ thầy kể.

Bà Tám la lên:

- Tụi bây tránh ra cho thầy ăn cơm. Thầy đang đói bụng mà kể cái gì. Thầy đừng có chiều tụi nó.

Lũ trẻ chạy ào lên chánh điện. Thầy nghe tiếng tụi nó chí choé giành chỗ đứng và tiếng thằng cu Mít niệm Phật mà gào to lên muốn đứt gân cổ. Nam mô A Di Đà Phật! Nam mô A Di Đà Phật! Mọi hôm thầy nghe vậy thì bực lắm, vì dạy hoài mà nó không chịu niệm nhẹ nhàng hơn, nhưng hôm nay thì thầy lại tức cười. Thôi kệ, nó la làng cũng được, miễn tiếng đó là tiếng Phật, còn hơn nó chửi thề. Còn mấy thằng nhóc kia đứa thì chen lấn đứng trước đứng sau, đứa lại không thèm chắp tay mà cứ vung vẩy như múa. Cũng kệ luôn, vì dù sao nó giỡn ở đây cũng đỡ hơn chạy chơi chỗ khác rồi bị rủ rê đánh bài, đánh lô tô, sinh ra đánh lộn.

Thầy hơi chạnh lòng, mai mốt thầy đi rồi tha hồ tụi nó quậy phá, hay là không thèm tới chùa nữa, bỏ mặc ông Phật ngồi cô đơn trên chánh điện. Kệ, chuyện đó có người khác lo, thầy hổng muốn lo nữa.

Thầy và cho xong miếng cơm cuối cùng. Bà Tám luộc đậu bắp thiệt ngon, vừa chín tới, nóng hổi, chấm nước tương thơm thơm. Trời, lâu lắm mới thấy có người cúng dường à nghen. Ở đây, chỉ có thầy bỏ tiền ra cho họ, chớ cúng dường thì toàn mấy cô Phật tử quen ở thị xã. Thôi, ăn lẹ còn đi tụng kinh.

Thầy dọn dẹp chén đũa, chợt trông thấy thằng Tí đang đứng lủi thủi trong góc cột. Tí bắt gặp ánh mắt của thầy liền cúi mặt xuống. Thầy hỏi:

- Sao không lên niệm Phật với các bạn?

- Dạ...

Thằng Tí ngần ngừ. Thầy sực nhớ thầy đã cấm nó lai vãng trong khu vực này, chỉ được quyền đi từ cổng vô tới cánh cửa mà thôi. Bữa nay vô tới bếp là quá mức rồi. Thằng Tí lắp bắp:

- Con... con... xin lỗi thầy. Con hổng dám làm vậy nữa đâu.

Thầy ừm nhỏ trong họng, không rõ là có ừ hay không. Tí thấy thầy không la, hơi mừng. Nó vội vàng phóng lại chỗ giàn bếp:

- Thầy để con sửa đống củi lại cho, mai thầy có củi khô mà nấu cơm. Nãy giờ con nghe bà Tám cằn nhằn quá chừng vì đám củi ướt.

Nói xong, nó lẹ làng chất một mớ củi lên ông táo, tận dụng hơi nóng của đám tro nãy giờ bà Tám luộc đậu bắp và nấu ấm trà, như vậy sáng mai củi sẽ khô. Đám còn lại ngả nghiêng trên giàn, nó kê lại cho ngay ngắn. Thầy nhìn nó, dịu giọng:

- Thôi được rồi. Mai con rảnh thì tới giúp thầy đem phơi.

Thằng Tí dạ thiệt lớn:

- Mai con tới liền. Thầy làm cái gì nữa thì cứ biểu con làm.

- Đem luôn cuốn tập tới thầy dạy tiếp mấy chữ hôm nọ học dở dang.

- Dạ.

Thằng Tí nhảy tưng lên, niềm vui vì được thầy "tha bổng." Thầy bước lên chánh điện bảo tụi nhỏ:

- Các con niệm Phật như vậy là tốt lắm. Bây giờ đi về nghen, cho thầy tụng kinh, mai lại tới.

Tụi nhỏ vâng lời. Nhưng thầy vẫn nhờ bà Tám ra đóng **giùm** cánh cổng, vì sợ có đứa ngẫu hứng chạy vô chơi, la hét um sùm như mọi hôm. Cả thằng Tí cũng phải đi về, vì không ai coi chừng nó, biết đâu nó lại trở chứng. Bà Tám nấn ná ở lại lau dọn giúp thầy mấy thứ lặt vặt trong hậu tổ.

Thầy tụng kinh xong, xuống bàn trà ngồi nhâm nhi ly trà nóng bà Tám pha sẵn. Nhìn ra bầu trời chỉ một vầng trăng khuyết lơ lửng buồn hiu rọi xuống một vùng mênh mông nước lũ, thầy thở dài:

- Dân mình ở đây khổ quá!

Bà Tám cười:

- Riết rồi quen thầy ơi! Có lúc cực quá đâm nản, nhưng nghĩ không ở đây thì ở đâu. Một là bỏ xứ mà đi, hai là ở lại, chịu đựng và tìm cách sống chung với lũ. Chỉ có hai con đường đó thôi, không cách nào khác. Mà tụi tui không ai bỏ đi cả. Ở lại hết, cũng sống được vậy.

Thầy im lặng. Bà Tám giả lả:

- Thầy lo làm chi. Có lo thì lo làm lại cái cổng chùa kìa, sứt bản lề rồi. Tui biết thầy mệt với tụi con nít này lắm, đóng cửa phứt cho xong, hổng ai trách thầy đâu. Còn hễ thầy mở cửa là tụi nó ào vô, thầy ráng mà chịu đựng. Thôi tui về. Mai thầy muốn ăn gì thì gởi tui đi chợ mua **giùm** cho, chớ nước nôi lênh láng thầy đi cực lắm.

Thầy cảm ơn bà Tám, tiễn bà ra cổng, không quên kiểm tra cái bản lề cửa. Ừ, nó sứt thiệt rồi. Mai sẽ sửa.

Nhưng sáng hôm sau, thầy cầm kềm bẻ luôn cái bản lề bị sứt. Cổng chùa mở toang, không cần khoá nữa. Lời bà Tám văng vẳng bên tai thầy. Một là bỏ xứ mà đi, hai là ở lại, chịu đựng và tìm cách sống chung với lũ. Thầy cũng phải chọn một trong hai con đường y như vậy. Một là bỏ đi, hoặc đóng cửa chùa tĩnh tu cho yên thân, cũng không ai trách thầy. Hai là, đã phát tâm Đại thừa hóa độ chúng sanh thì phải mở cửa ra chấp nhận khó khăn. Không có con đường thứ ba. Và không tiến, thì ắt phải lui. Thôi, ráng thêm chút nữa. Còn nước còn tát mà. Thầy chợt nhớ tới cái giọng niệm Phật gào to của thằng cu Mít, nhớ bàn tay thằng Tí sửa lại mớ củi trên giàn, nhớ chai nước tương của bà Tám... Vẫn còn đâu đó những tấm lòng. Vẫn còn đâu đó **chút** thiện căn. Thầy ráng khơi gợi thêm chút nữa, vẫn chưa hết hy vọng. Lê Lợi mười năm nếm mật nằm gai mới chiến thắng quân Minh. Huống chi thầy đang chiến đấu với bao nhiêu tập khí của chúng sanh, khó khăn hơn nhiều, mới 5 năm vẫn chưa bằng Lê Lợi.

Ừ, thôi cho thêm cái hẹn vài năm nữa, nếu thầy vẫn không làm gì được cho xứ sở này thì coi như không đủ phước duyên, khi ấy nói lời chia tay cũng không muộn.

Hôm sau nữa, thầy ra huyện đặt một sư cô làm 100 cái bánh bao chay loại đặc biệt đem về phát cho dân trong xóm. Mọi người tấm tắc khen:

- Ngon quá thầy ơi! Tự hồi nào tới giờ mới ăn thử bánh chay à nghen.

Thầy cười:

- Còn nhiều món độc chiêu nữa, bữa nào thầy đãi.

- Ủa, sao thầy nói mùa nước này thầy về thị xã ở?

- Không, thầy vẫn ở đây. Phải sống chung với lũ chớ!

Con lũ chồm lên như đáp lời thầy. Nước vỗ vào cổng tam quan, cuốn theo mấy chú cá rô non lội tung tăng. Cánh cổng mở sẵn rồi, cứ vô đi các con! Mấy chú cá tròn mắt nhìn thầy. Lũ cũng có niềm vui phải không ta?

*

DU TĂNG

Thầy Quảng Pháp kéo cái phéc-mơ-tuya của chiếc va li sau khi đã cẩn thận kiểm tra mọi thứ trong đó. Đã đủ hết, nào y áo, nào mùng mền, khăn tắm, còn lại là sách và giáo trình, đĩa CD, căng phồng. Thầy chỉ đem những cuốn thật cần thiết, chứ tủ sách nghiên cứu của thầy thì gởi lại chùa, nơi thầy có căn phòng nhỏ trong khuôn viên tĩnh mịch đầy cây xanh và hoa kiểng. Thầy kiểm tra lại bộ dây của cái máy vi tính xách tay, sợ thiếu cọng nào thì nguy to, rồi nhẹ nhàng đặt cái máy vào chiếc đãy may bằng loại vải rất dày, lót thêm lớp nỉ rất êm. Thế là đủ. Toàn bộ hành trang chỉ có bấy nhiêu đó, sáng mai thầy sẽ cột nó vào yên sau của chiếc honda, và lên đường.

Có tiếng gõ cửa nhẹ. Thầy Quảng Từ bước vô, tay cầm chén chè sen thơm ngát.

- Huynh ăn đi nè. Em nấu lạt vừa ý huynh đó, chứ không nấu ngọt lừ như mọi hôm đâu.

Thầy Quảng Pháp bưng chén chè, múc một muỗng nếm thử:

- Chà, đệ của tui tiến bộ dữ. Nấu ngon ghê.

Thầy Quảng Từ cười, đưa hàm răng trắng đều ẩn sau cặp môi đỏ tươi tắn của tuổi đôi mươi:

- Lần này mà nấu hư nữa thì em "giải nghệ" luôn. Tiễn huynh đi phải nấu thiệt ngon chớ.

- Xì, làm như huynh mới đi lần đầu vậy. Ông mùi mẫn cải lương quá ông ơi!

- Hi hi, biết là huynh đi hoài, nhưng không hiểu sao mỗi lần tiễn huynh là em lại nôn nao, xúc động. Huynh cho em theo với.

Thầy Quảng Pháp lắc đầu:

- Không được. Đệ ở chùa lo học cho xong khóa Cơ bản, rồi có thể học tiếp lên Cao đẳng, Cao cấp. Chừng đó mới được đi theo huynh.

Thầy Quảng Từ phụng phịu:

- Chờ lâu quá! Nhưng em không hiểu nổi huynh. Lẽ ra huynh đã làm trụ trì chùa này theo lời di chúc của sư phụ, mà huynh lại nhường cho huynh Quảng Trí. Nói nhỏ nghe... tụi em thích huynh làm trụ trì hơn.

- Thôi, đừng so đo gây bất hòa với nhau. Huynh Quảng Trí giỏi giang, các em phải ủng hộ chứ.

- Nhưng mà... Thôi, huynh ăn chè đi, nguội ngắt rồi.

Thầy Quảng Pháp mỉm cười nhìn sư đệ của mình. Nhớ hồi nào chú ấy mới vô chùa ngơ ngác như nai con lạc mẹ, giờ đã là tăng sinh Cơ bản rồi đấy, mà tánh tình vẫn hồn nhiên dễ thương, đôi mắt vẫn sáng trong thuần hậu. Mỗi lần thầy chuẩn bị đi xa là Quảng Từ lại bịn rịn như vậy, khiến thầy vừa tức cười vừa cảm động. "Cát ái ly gia", xa hết gia đình, dòng họ, thì người tu lấy chùa là nhà, coi sư phụ như mẹ cha, đệ huynh như anh em ruột thịt. Một chút tình cảm của Quảng Từ cũng khiến bước chân thầy thêm nhẹ nhõm.

*

Mới đó mà trời đã sáng. Thầy Quảng Pháp dậy công phu, xong trở về phòng dắt chiếc honda ra sân, cột chặt cái vali vào, còn cái đãy thì đặt phía trước cho êm, rờ tay vô túi xem cái điện thoại di động đã bỏ vào chưa, xong đội mũ bảo hiểm lên đầu, lướt nhẹ ra cổng. Thầy đi sớm để tránh ánh nắng gay gắt. Đêm qua đã từ giã mọi người rồi, nên sáng nay không cần phiền ai nữa. Con ngựa sắt của thầy bon bon trên quốc lộ, sung sức vượt hơn trăm cây số, rồi rẽ vào một nhánh đường nông thôn đổ "đan" uốn lượn theo những hàng rào dâm bụt xanh mơn mởn. Cuối cùng, nó nhảy chồm lên trên một quãng đường đất gồ ghề trước khi dừng hẳn tại ngôi chùa đơn sơ nằm hiền lành bên con rạch nhỏ. Mấy bà Phật tử đang lui cui trong bếp, nghe tiếng xe liền ló đầu ra, rồi reo lên:

- A, thầy về, thầy về!

Hai cậu thanh niên nhanh nhẹn chạy ra xách va li cho thầy, một bà Phật tử làm ngay ly nước chanh đá đặt trên bàn, trong khi bé Nga khệ nệ khiêng cái quạt máy tới. Thầy đỡ cái quạt, "rầy" cô bé:

- Nặng quá mà con ráng làm chi. Rủi rớt thì gãy quạt lại sưng chân con nữa.

Bé Nga cười toét hàm răng sún:

- Con nhớ thầy quá hà!

Thầy trụ trì vừa đi đám về, mừng rỡ:

- Mèn ơi, tưởng thầy ở luôn thành phố hổng về đây nữa chớ.

Thầy Quảng Pháp chắp tay:

- Mô Phật, tại chùa liên tiếp hai kỳ giỗ sư phụ và sư chú nên con xuống trễ.

- Thôi thầy vô phòng nghỉ đi, rồi mấy cô dọn cơm thầy dùng. Mấy cô ơi, lấy chiếc chiếu mới trải cho thầy nghen.

Ngôi chùa tự nhiên nhộn nhịp hẳn lên. Mấy cô Phật tử lăng xăng chuẩn bị thức ăn để ngày mai thọ bát quan trai. Thầy Quảng Pháp về, họ sẽ được nghe thầy giảng hàng tuần như trước. Thầy đi có hơn nửa tháng mà họ thấy lâu ơi là lâu, và ai cũng sợ thầy không trở lại vùng quê nghèo này nữa. Họ mang tiếng là Phật tử mấy chục năm, nhưng nào có được học hành gì, hỏi Tam quy, Ngũ giới còn ngơ ngác không biết trả lời. Ấy vậy mà từ hôm có thầy về, thầy mở khóa tu rồi thuyết giảng cho họ nghe, họ như sáng bừng ra, thêm yêu đời, yêu đạo. Mỗi ngày chúa nhật đối với họ là một ngày hội. Bà Sáu Trầu quệt vôi vô nửa lá trầu xanh, bỏ vào miệng gọn lỏn:

- Nói thiệt nghen, tui làm gì làm cũng chờ riết cho mau tới ngày chúa nhựt. Vô gặp thầy, gặp đồng đạo. Ở nhà quanh quẩn với bầy heo, bầy gà hoài, buồn chết!

Cô Tư Thơm cười:

- Vô nghe thầy giảng, học pháp, chớ đâu chỉ tụ tập cho đông vui đâu bà Sáu!

- Ờ, thì nói vậy mà. Vui trước, học sau. Hổng vui là học hổng nổi đâu. Mà thầy giảng hay thiệt hén. Nghe nói thầy học cao lắm?

Chú Hai Phát đang lau bụi cái khay đựng đèn cầy gần đó, tức mình buột miệng:

- Thầy học Cao cấp rồi. Lại đang theo khóa Đại học Anh văn đào tạo từ xa.

- Ừ, đàn bà tụi tui đâu có rành mấy cái trường đó. Chỉ thấy thầy suốt ngày ngồi bên cái máy "di tính" là biết thầy giỏi rồi. Cả xã này không có ai biết "oánh" cái máy đó, muốn làm đơn từ gì phải ra chợ huyện. Mèn ơi, biết chừng nào thằng con tui nó "oánh" được như thầy.

Chú Hai Phát ôm bụng cười, chảy cả nước mắt. Chú là đảng viên hưu trí, từ huyện về xã sống với mảnh vườn ông bà để lại, nên chú cũng không đến nỗi mù tịt kiến thức như mấy bà mấy cô ở đây. Tội nghiệp! Chú chép miệng. Cái xã vùng sâu chịu nhiều thiệt thòi.

Chú nhớ như in một buổi trưa cách nay sáu tháng, chú đang quét dọn ở nhà tổ thì có một vị thầy dáng người tầm thước, vai đeo chiếc đãy nâu bước vào chùa. Đây là ngôi chùa mà ông ngoại của chú đã xây nên, rồi thỉnh quý thầy về trụ trì đã mấy đời. Chú đi kháng chiến, nhưng vẫn không mất cái gốc Phật giáo của dân tộc từ thời vua Lý vua Trần. Vì vậy, khi về hưu, chú lại tới chùa, hỗ trợ cho thầy trụ trì đã hơn bảy mươi, già yếu. Thầy tu hành rất nghiêm mật, nhưng không thể phát triển gì hơn nơi cái chốn hẻo lánh này. Cho nên, khi có người khách lạ đến xin phép được ở tạm trú mấy tháng để vừa tu vừa mở lớp bát quan trai, thì thầy trụ trì vừa mừng vừa lo.

Thầy hỏi ý chú. Chú cũng mừng lẫn lo. Ai mà biết ông thầy trẻ này người ở đâu, lý lịch thế nào. Nhưng nhìn gương mặt xấp xỉ bốn mươi tuổi, có những đường nét vừa thanh thoát vừa cứng rắn, nghị lực, thì cả chú và thầy trụ trì tự nhiên có cảm tình, tự nhiên tin tưởng. Đặc biệt đôi mắt, nhìn thẳng, nghiêm trang, nhưng khi cười thì lại lấp lánh một niềm hoan hỷ. Dáng thầy đi nhẹ nhàng mà nhanh nhẹn, không hấp tấp, cũng không rề rà, lộ rõ sự tự tin và dứt khoát.

Chú Hai đã bàn với thầy trụ trì cứ đón nhận vị thầy trẻ, một mặt chú dò la thông tin căn cứ theo địa chỉ mà vị thầy cho biết. Hóa ra, thầy Quảng Pháp, đúng là thầy Quảng Pháp bây giờ, ở trong ngôi tổ đình nổi tiếng, và tăng chúng cũng như Phật tử tại đó đều rất yêu kính thầy. Vậy mà thầy lại đến tận vùng xa xôi hẻo lánh này? Thôi thì, cứ nghe thầy nói, là thầy thích đi hoằng pháp nơi xa. Mỗi người một hạnh nguyện khác nhau. Chỉ biết rằng, có thầy về, rõ ràng Phật tử sẽ được học hành, nghe giảng, chứ có vị giảng sư nào chịu lặn lội về tận nơi đây?

Quả thầy trụ trì và chú Hai không nhìn lầm người. Sáu tháng qua, thầy Quảng Pháp đã đem đến một luồng gió mới cho vùng nông thôn này. Không chỉ thuyết giảng cho người lớn tuổi, mà thầy còn dạy dỗ cho những đứa trẻ trong làng. Chúng nó đeo lấy thầy như một người cha, người chú thân thương.

Mấy tiếng reo thật to cắt ngang dòng suy nghĩ của chú Hai. Thì ra bọn con Lượm, thằng Tú, con Út Hường từ xóm trên chạy xuống. Hơn chục đứa, đứa nào cũng ôm cái bọc ny lông trong đựng mấy cuốn tập. Chú Hai chặn tụi nhỏ lại:

- Thứ bảy tuần sau thầy mới dạy Phật pháp cho tụi con mà.

Út Hường lanh miệng nhất:

- Ông Hai ơi, tụi con tới nhờ thầy giảng bài Anh văn.

Chú Hai sực nhớ. Thầy Quảng Pháp đang kèm cho mấy đứa ôn thi lớp 9. Tụi nó học hơi yếu, nhờ thầy có cách giảng rất hay nên đứa nào cũng tiến bộ hẳn. Nhưng chú nhăn mặt:

- Thầy mới đi về, mệt thấy mồ, tụi con để thầy nghỉ chớ.

Vừa lúc đó, thầy Quảng Pháp ra tới. Tụi nhỏ reo lên ôm thầy cứng ngắt. Thầy móc túi lấy ra một bọc kẹo nhỏ:

- Nè, quà của tụi con.

- A, con cám ơn thầy. Thầy ơi, chừng nào mình học hả thầy?

- Chiều chiều cũng được. Thầy nghỉ chút xíu là hết mệt à.

- Dạ, chiều tụi con tới nghen thầy. Thầy nghỉ đi nghen thầy. Trời ơi, thầy chạy xe đen thui hà.

Thầy Quảng Pháp không nhịn được cười. Thầy nhìn những gương mặt cũng... đen thui không kém gì mình, đen vì nắng, vì phèn, nhưng mắt đứa nào cũng trong veo như mắt bồ câu. Những bộ quần áo cũ cỡn vì mặc nhiều năm chưa dám bỏ, ấp ủ bên trong đó là những trái tim thơ trẻ chân tình. Thầy vẫy tay...

*

Buổi tối, khi các lớp học trẻ em lẫn người lớn đã tan hết, ai về nhà nấy, chỉ còn lại thầy Quảng Pháp ngồi cạnh thầy trụ trì bên tách trà, nhìn ánh trăng xuyên qua kẽ lá, vẽ xuống sân chùa những đốm sáng rung rinh theo từng cơn gió. Thầy trụ trì ho khan mấy tiếng, ôm ngực. Thầy Quảng Pháp nhắc:

- Thầy uống thuốc chưa? Con xuống rót thuốc ra chén cho thầy uống nhé.

Thầy trụ trì xua tay:

- Cám ơn thầy, gần đi ngủ tôi mới uống. Thầy Quảng Pháp nè, tôi có chuyện này muốn nói với thầy từ lâu, mà lu bu quá, bữa nay mới rảnh.

- Dạ, xin thầy cứ dạy.

- Tôi mấy năm nay yếu sức lắm, muốn tìm một người để giao lại ngôi chùa, nhưng chưa có ai thật sự vừa ý. Thầy về đây không lâu, mà cả tôi lẫn Phật tử chung quanh đều thương mến. Tôi muốn thỉnh thầy ở lại đây trụ trì, để phát triển ngôi Tam Bảo. Thầy là người có phẩm hạnh và năng lực, tôi tin thầy sẽ làm cho Phật pháp nơi đây hưng thịnh. Tôi thì chỉ cần cái cốc để lui vào niệm Phật. Mọi thứ thầy cứ toàn quyền lo liệu.

Thầy Quảng Pháp cúi đầu:

- Mô Phật, con cảm ơn thầy đã thương tưởng đến lớp trẻ, tấm lòng của thầy đối với con bao nhiêu ngày qua con xin ghi nhớ. Nhưng bạch thầy, chắc con phải phụ lòng thầy, vì con còn nhiều việc phải làm, chưa ở yên một chỗ đâu ạ.

- Tôi cũng biết, thầy học hành nhiều, phải đi đứng nhiều. Thì thầy cứ chạy tới chạy lui lo việc của thầy, có chú Hai giúp thầy những khi vắng mặt mà.

- Bạch thầy, không chỉ là chuyện học đâu. Con còn những điều tâm nguyện chưa làm xong. Sẵn đây, con cũng xin trình lên thầy là khoảng tháng sau con ra đi.

Thầy trụ trì thảng thốt:

- Ủa? Bộ ai làm thầy giận hờn chi hả?

Thầy Quảng Pháp cười:

- Dạ đâu có. Mọi người thương con không hết mà. Con cũng thương cảnh chùa này lắm. Nhưng con có việc phải đi nơi khác. Thầy nhớ hôn, hồi mới vô con chỉ xin thầy cho con tạm trú sáu tháng thôi, mà giờ đã hơn sáu tháng rồi.

- Không, mới vô thì khác. Bây giờ ai cũng muốn thầy ở luôn nơi đây. Thầy đi, mấy bà Phật tử lại tưởng tôi làm thầy buồn, mấy bả khóc cho coi.

- Dạ, con sẽ nói rõ với mấy cô mấy chị. Thầy thương con, ai cũng thấy mà. Nhưng con phải đi thầy ơi. Lâu lâu con sẽ ghé về thăm thầy, thăm chùa.

Thầy trụ trì thở dài, mặt buồn xo, lại ôm ngực ho một hồi:

- Tôi không biết nói sao bây giờ. Thôi, thầy cứ suy nghĩ cho kỹ nghen. Còn cả tháng lận mà. Tôi hy vọng thầy sẽ đổi ý. Thầy mà ở lại tôi hứa sẽ ăn mừng một trận. Trời ơi, đâu dễ gì kiếm một vị trụ trì như vậy.

- Dạ, thầy quá khen, chớ con đâu có chi đặc biệt. Hay là con tìm một huynh đệ giới thiệu với thầy nhé.

- Thôi thôi, tôi ưng thầy mà thầy cứ đẩy qua người khác. Được rồi, tháng sau tính nữa. Tôi sẽ nhờ mấy bà Phật tử năn nỉ tiếp. Nhứt là tụi nhỏ, thế nào nó khóc cũng ngập cái sân này. Rồi coi, thầy có đi nổi không.

Thầy trụ trì ráng mỉm nụ cười trên gương mặt lo âu. Thầy lui vô trai phòng sau khi nắm chặt tay thầy Quảng Pháp như gởi gắm tất cả lòng kỳ vọng.

Thầy Quảng Pháp cũng trở về phòng. Căn phòng nhỏ nằm nghiêng ra con rạch, gió thoảng lên mát rượi. Thầy thích ngắm bóng trăng in xuống mặt nước. Nhưng đêm nay, lòng thầy chợt thấy nao nao. Thầy sắp từ giã nơi đây, nơi thầy vừa gây dựng được phong trào tu học, cũng là nơi thầy vừa mới bén tình cảm. Thầy biết, mình ra đi sẽ làm nhiều người quyến luyến, ngay cả thầy cũng bịn rịn trong tim. Nhưng biết sao hơn! Tâm nguyện của thầy là vậy mà. Tâm nguyện đi khắp nơi hoằng pháp, gieo từng con chữ cho những vùng xa xôi không ai bước tới. Chính những mảnh đất khó khăn ấy mới cần sức trẻ của thầy cày xới, trồng lên những luống hoa xinh đẹp.

Thầy đã đến nhiều tỉnh, len lỏi vào tận xã ấp, chọn những nơi yếu kém nhất để mở lớp giáo lý. Phật pháp diệu kỳ, những nơi như thế lại vẫn có nhiều người tài giỏi, thiện căn. Cứ sáu bảy tháng, khi phong trào tu học tương đối ổn định, thì thầy giao lại cho vị trụ trì hoặc các Phật tử nòng cốt, rồi thầy buộc vali lên chiếc honda dong ruổi đến nơi khác. Biết bao người đã quyến luyến, níu kéo, và biết bao ngôi chùa được trân trọng giao cho thầy nắm quyền trụ trì, nhưng thầy từ chối tất cả. Thầy nghĩ đến ngôi tổ đình ở thành phố, to lớn thế ấy mà thầy còn không nhận, huống chi... Thầy nhớ sư huynh Quảng Trí, đã hằn học với thầy khi biết rằng di chúc sư phụ khác với lòng mong mỏi của huynh. Lúc ấy thầy chỉ nói nhẹ nhàng:

- Đệ còn nhỏ tuổi, còn ham học, xin thỉnh sư huynh đảm nhiệm mọi thứ.

Và thầy bắt đầu lên đường vân du đây đó. Tới đâu, thầy cũng không sợ mất liên lạc thông tin, vì đã có máy vi tính xách tay nối mạng. Thỉnh thoảng thầy trở về Sài Gòn, mua thêm sách, hoặc dự kỳ thi, kỳ kiểm tra của trường đại học. Rồi tiếp tục đi. Mỗi địa phương thầy tới, thầy đều học được những cái hay cái đẹp, và thầy ghi chép lại trong những cuốn sổ tay, hoặc viết thành truyện, thành thơ, gởi đăng báo Giác Ngộ. Nhuận bút cũng là một khoản vui vui. Mấy cô Phật tử trên tổ đình cũng đâu có để thầy thiếu thốn. Mỗi lần thầy về chùa là họ lại cúng dường. Có khi, thầy còn vận động mấy cô giúp cho chùa nghèo ở quê. Lâu lâu, thầy dẫn một phái đoàn về quê, tưng bừng như ngày hội. Vậy đó, thầy có biết bao mối quan hệ thân tình ở các tỉnh, có biết bao lứa học trò, mai sau gặp nhau chắc chúng nó chào hỏi rân trời thầy cũng không nhớ hết tên, thầy thật sự cảm thấy thú vị hơn nhốt mình trong bốn bức tường với vai trò trụ trì.

Thầy chợt bùi ngùi tưởng tượng gương mặt bé Nga khi biết thầy sẽ ra đi. Tội nghiệp con bé! Nó mồ côi cha, nên thương thầy theo một tình phụ tử thiêng liêng. Khổ thay là chữ ái biệt ly! Nhưng đành vậy. Thảo nào, ngày xưa Phật không cho phép chư tăng an trú nơi nào quá ba tháng, sợ dính mắc tình cảm. Bây giờ, thầy ở một nơi hơn sáu tháng là "dính mắc" dữ lắm rồi. Phải đi thôi. Thầy đã liên lạc với tỉnh Bến Tre, trong một xã vùng sâu nọ có tới ba ngôi chùa trải dài trong ba ấp, đều không có giảng sư xuống dạy. Thầy sẽ tạm trú trong một chùa, và mở lớp luôn cho ba chùa, thật tiện lợi. Thôi ngủ đi, mai còn kèm cho thằng Lâm, thằng Phước mấy bài tập toán, tháng sau tụi nó thi xong thì thầy mới yên tâm lên đường.

Thầy ngả lưng xuống chiếu, chợt nhớ bài thơ:

Nhất bát thiên gia phạn
Cô thân vạn lý du
Kỳ vi sinh tử sự
Giáo hóa độ xuân thu

Thầy mỉm cười, xưa với nay có khác chi nhau không nhỉ?

*

MỘ SÂU

Em trai tôi chết trẻ, lúc 26 tuổi, nằm trong nghĩa trang chùa làng. Cả gia đình sau này lên thành phố sinh sống, bỏ em nằm bơ vơ gần chục năm. Ngày thanh minh, ngày tết, mấy ông anh họ từ Vĩnh Long lên làm cỏ mộ, đốt cho em vài xấp tiền và bộ đồ bằng giấy, không đến nỗi lạnh lẽo. Nhưng rồi má tôi và mấy anh chị em trong nhà quyết định bốc mộ em, đưa tro cốt về chùa gần nhà, để em khỏi thui thủi ngoài đồng hiu quạnh với giun dế cỏ cây.

Tôi đón xe hơn trăm cây số về quê, đúng vào tháng 3 thanh minh, trong tiết xuân nắng tràn cả đất phương Nam.

Từ mờ sáng, ông anh họ thứ năm đã lấy honda chạy vô Xẻo Trầu chở ra một người đàn ông chuyên nghề bốc mộ. Mọi người điểm tâm trước khi lên đường. Người đàn ông ngồi ở một góc đi-văng, im lặng nhai bánh mì, không nói chuyện với ai. Đầu ông ta húi cua ngắn đến mức gần như cạo trọc, và sùm sụp chiếc nón vải, chỉ lột ra một lần khi mới bước vô chào chủ nhà, là bà dì của tôi.

Ông ta ăn chậm rãi, tay khuấy nhẹ ly cà phê đá bên cạnh, đôi mắt nhìn trân trân vô bức tường trước mặt như thể đang có cái gì đó thu hút. Hai con mắt to, bất động. Ông anh họ thứ chín khều ông anh thứ ba: "Nhìn ông này sao tui ớn ớn!"

Anh Ba gật đầu, nhưng phá tan không khí bằng một câu làm quen: "Anh thứ mấy vậy anh?" Người đàn ông quay lại: "Tôi thứ Bảy." "Ờ, anh Bảy. Thôi, mình lên đường được rồi đó." Người đàn ông đứng dậy cầm cái xà beng và cái leng đào đất, toàn bộ đồ nghề của ông ta chỉ có bấy nhiêu.

Chúng tôi vạch cỏ mà đi, cỏ lút gần tới đầu, cỏ tràn lên những nấm mộ hoang không ai thăm viếng. Những bờ trâm bầu ngày xưa xa tít tắp, giờ như gần lại vì mộ đã ken dày, không còn khoảng đất nào trống. Em tôi nằm đối diện một tấm bia đá mang tên chính cô bạn gái của em ngày mới lớn. Tôi ngậm ngùi nhìn "hai đứa nhỏ" khi sống có nhau và khi chết vô tình cũng có nhau. Một sự vô tình của định mệnh!

Ông Bảy bắt đầu động thổ sau thời kinh bát nhã của thầy trong chùa. Những nhát xà beng dộng ầm ầm vào nền xi măng, cắt đứt luôn những thanh sắt đổ bê-tông rắn chắc. Lúc này, ông hoàn toàn khác hẳn, nhanh nhẹn, mạnh mẽ, gương mặt giãn ra, hồng hào. Anh Ba tôi rót cho ông ly nước, đưa đến tận miệng, ông uống xong, mỉm cười cám ơn. Ông nói: "Thằng thợ nào làm ngôi mộ này ẩu thiệt, nhờ vậy mình đập mau." Ông anh họ thứ Hai của tôi nhảy vô kéo tiếp cái vỉ sắt, lật qua một bên, để lộ hẳn nền cát bên dưới. Ông Bảy thở hắt ra: "Ối, chút xíu nữa là xong. Đào mấy lớp leng là tới liền." Ông thẳng tay ấn chiếc leng xuống, mồ hôi ướt đẫm chiếc áo thun màu xanh dương cũ mèm.

Đất dần chuyển sang màu bùn đen và ngập nước. Một miếng ván nâu mục nát lẫn vào đầu leng. Ông Bảy kêu lên: "Rồi, tới rồi!" Anh em tôi xúm nhau ngó vào miệng hố rộng. Ông nói: "Rót cho tôi ly rượu." Ông ực một hơi, rồi đổ nửa ly còn lại xuống bùn: "Uống đi Dũng! Bữa nay về chùa ở nghen. Trong chùa đông vui lắm mầy ơi, có nhiều cô đẹp lắm!" Tôi đang bùi ngùi trong dạ, nghe tới đó liền nạt: "Vô chùa mà nói chuyện bậy bạ!" Anh Chín tôi thì phá lên cười: "Ổng nói đúng chớ bộ. Tao thấy trong chùa có hình mấy cô đẹp thiệt." Nếu Dũng còn sống thì giờ nó bằng đúng tuổi anh Chín, bốn mươi hai. Ngày xưa, hai anh em đi đâu cũng có nhau, khi tát mương, khi xúc cá, khi coi hát, lúc ghẹo con gái, lúc có bồ... Anh Chín cười khà khà như thằng Dũng đang đứng trước mặt anh: "Mà vô chùa không có nhậu được mầy ơi! Cũng không đánh tiến lên được. Chịu nổi hông mậy?" Ông anh thứ Hai tôi tiếp lời: "Cũng phải ráng Dũng à! Lớn tuổi rồi, phải lo nghe kinh kệ chớ chơi hoài sao!" Ông Bảy quăng ly rượu lên bờ: "Rồi nghen Dũng. Bắt đầu lên đường!" Và ông đục một nhát thật mạnh.

Tất cả quần áo, mùng mền tẩn liệm được móc ra hết, sau cùng mới đến cái bọc nylon quấn xác em tôi. Ông Bảy lôi cái bọc ra, mừng rỡ: "Trời, không có nó thì mò từng miếng xương mệt lắm đa!" Anh Hai tôi kéo một đầu bọc, đưa hẳn lên bờ cỏ. Ông Bảy phóng khỏi miệng hố, bắt đầu mở bọc. Một dáng người dài chỉ trơ lại những xương, còn thịt da đã hóa bùn, không hôi tanh gì cả.

Ông Bảy cẩn thận gỡ từng đốt xương bỏ vào cái thau nhôm mới mua sáng trưng. Anh Hai tôi nói: "Ráng kiếm cho được tượng Phật bằng ngà hôm đó chính tay tôi đã bỏ vào miệng nó." Ông Bảy thò tay vào lớp thịt bùn, mò thật kỹ. Ông nhẹ nhàng chắt bớt nước trong bọc ra, vừa chắt vừa lấy tay gạn lại không cho bất cứ vật rắn nào rớt xuống. Nhưng mãi vẫn không thấy tượng Phật. Ông lại tiếp tục bươi bùn, nhất định kiếm cho bằng được. Tôi choáng người vì nắng, nên nói: "Thôi, rớt đâu đó chớ gì, đừng tìm nữa." Nghe vậy ông Bảy mới chịu quăng cái bọc xuống hố và quay sang rửa đống xương đang đựng trong thau.

Chúng tôi bắt chước những người dân nơi đây, đổ 20 lít cồn vào thau để thiêu tại chỗ. Cồn bốc cháy, không có mùi hôi vì xương cốt đã mục. Anh em tôi chui vào bóng cây trứng cá gần nhà một thằng bạn hồi thơ ấu của Dũng, tên Uôl, giờ đang ở đậu đất chùa, làm rẫy nuôi vợ con. Uôl rất bất ngờ khi biết mình đã "ở cạnh" Dũng mười mấy năm mà không hề hay biết. Uôl lăng xăng bưng cái thau xương đặt ngay ngắn trên bờ cỏ, rồi tự tay đổ cồn vào, tự tay châm lửa, không cho ai rớ vô. Uôl thì thầm: "Dũng ơi, phải chi tao biết mầy nằm ở nghĩa trang này thì tao ra thăm mầy hoài. Bữa nào tao cũng tưới rẫy vòng vòng đây nè. Bà mẹ nó, vậy mà mầy hổng về báo cho tao biết!"

Ngọn lửa bốc cao, rồi chấp chới theo những cơn gió đồng xao xác. Uôl phủi tay: "Rồi, vô nhậu mầy ơi! Lo mẹ gì nữa, đời có nhiêu đó thôi!"

Ông Bảy đã tranh thủ lặn xuống sông tắm một hơi, áo quần ướt sũng nhưng sạch hết lớp bùn đất. Ông ngắt mấy tàu lá chuối trải xuống cỏ, và bày chai rượu lên. Bộ tam sên cúng mộ hồi nãy được ưu tiên dành cho ông, thêm dĩa bánh và trái cây. Mấy ông anh tôi không nhậu, chỉ có Uôl ngồi đối ẩm cùng ông. Ông ực một ly đầy, gắp con tôm bỏ vào miệng nhai rau ráu. Uôl cũng không vừa, anh ta theo ông Bảy sát nút. Chưa đầy 15 phút mà cái chai nửa lít đã cạn queo. Ông Bảy lôi ra một chai khác. Và hai người bắt đầu uống chậm lại.

Anh Hai tôi ngồi buồn, bắt chuyện: "Anh Bảy làm nghề này lâu chưa?" Ông Bảy gục gặc đầu: "Cũng mười mấy năm rồi." "Sao anh lại chọn làm vậy? Hồi trước chắc anh theo nghề khác?" Ông ngước nhìn anh Hai tôi, đôi mắt lộ to, e dè: "Thì... nghèo quá, biết nghề nào nữa... Hồi trước hả? Thôi, hỏi chi." Nhìn vẻ mặt của ông, tôi đâm ra tò mò. Tôi bèn hỏi tới: "Thì anh cứ nói, có gì đâu mà giấu." Ông gãi đầu, lúc này trông ông như một đứa trẻ sợ bị la vì đã phạm một cái lỗi nào đó. "Thôi, quên đi..."

Thấy vậy, tôi không hỏi nữa, ngoảnh mặt ra hướng cái

thau đang ngùn ngụt lửa. Nhưng rồi ông Bảy lại tự động lên tiếng: "Cô hỏi thì tôi... nói thiệt. Hồi đó tôi lên xe xuống ngựa sướng lắm. Bây giờ... tuột dốc, nên không muốn nhắc tới." Ông cúi đầu. Hai con mắt to cụp xuống theo, và cái vẻ ngượng nghịu hiền lành của ông làm tôi thêm bất ngờ. Tôi dịu giọng: "Nhắc có sao đâu anh. Ai không có lúc vầy lúc khác." "Nhưng đời tôi tới đây coi như hết mức rồi. Nói thiệt, hồi đó tôi đi lính quốc gia, là thượng sĩ, tiểu đội trưởng, bị đẩy ra trận suốt cho tới ngày giải phóng."

Hèn chi, ông sợ, không dám "khai báo lý lịch" chớ gì. Như hiểu được ý tôi, ông vội nói: "Nhưng tôi không bị đi học tập cải tạo, vì lúc ra trình diện gặp toàn 'người quen'. Mấy anh em bên kia đâu lạ gì tôi, bởi mỗi lần có lệnh đi càn tôi đều vái Trời vái Phật rằng: "Xin cho hai bên tụi con hổng có ai bắn trúng ai, cũng không ai thua, ai thắng. Cứ nổ súng một hồi rồi mạnh ai nấy rút. Chớ lính con chết cũng tội nghiệp, mà bên kia chết cũng tội nghiệp." Vái xong, tôi lén lén kiếm đường tới báo tin cho mấy ảnh. Thành ra, mấy ảnh quen mặt luôn. Trời Phật linh thiệt, lính của tôi không chết không bị thương thằng nào cả."

Anh Chín tôi lại phá lên cười: "Cha nội ơi, cha vái như vậy hèn chi hai bên đánh nhau hoài. Phải có bên thắng bên thua thì chiến tranh mới mau kết thúc chớ!" Ông Bảy biết anh Chín chọc ghẹo, nên cười toét cái miệng rộng: "Ờ há! Thôi dô dô, một ly nữa coi, bây giờ hòa bình rồi đó!" Câu chuyện mỗi lúc mỗi thân thiện, mấy ông anh tôi ngồi xít lại mâm rượu, lột dép kê cho đỡ mỏi.

Ông Bảy lột cái nón vải quăng xuống cỏ, xoa xoa mái đầu đã điểm bạc. "Hòa bình rồi tôi cũng còn vàng nhiều lắm nghen, bán hết để lên tàu vượt biên. Nhưng giờ chót nghĩ thương vợ con, đi không đành, xách đồ quay lại. Tới nhà, thì vợ tôi đã cuốn gói về quê, bỏ lại lá thư chia tay, nói rằng do tôi văn hóa thấp, không hợp nhau nữa. Thì đúng vợ tôi trước kia con nhà ăn học, nhưng sao lấy tôi có mấy mặt con rồi mới lên tiếng chê? Tôi buồn quá, ừ thôi bả chê mình, mình nên để bả tự do. Tôi trôi dạt xứ khác làm ăn, tới đất Nha Mân này thì trụ lại, rồi theo bạn bè làm cái nghề bốc mộ, cũng đủ sống qua ngày."

Tôi hỏi: "Anh có về thăm vợ con không?" "Mấy năm trước thì có. Mỗi lần về Mỹ Tho, tôi phải "ăn-tây-ni" đàng hoàng, bỏ áo vô quần tử tế, vì mấy đứa con trai tôi bây giờ đều là chủ doanh nghiệp. Tụi nó hỏi, tôi đâu dám nói thiệt đang làm nghề gì, chỉ nói là làm công cho người ta. Ở chơi mấy ngày, thấy đứa nào cũng lu bu, nào họp hành, nào cơ quan, nên mấy năm nay tôi không về thăm tụi nó nữa." "Tụi nó có cho tiền anh xài không?" "Trời, tiền xe còn hổng có. Nó chỉ bày mâm cho nhậu thôi, giống y bạn bè. Mà mình đi thăm con đâu phải để xin tiền hả cô?" Tôi thở dài: "Nhưng dù sao nó cũng nên cho anh chút đỉnh tiền xe chớ." Ông Bảy lại gãi đầu: "Thiệt tình mỗi lần đi tôi phải dành dụm tiền xe rồi chút đỉnh quà cáp cho cháu nội, cũng... hơi mệt. Mà thôi cô ơi, tôi không có buồn gì hết, trái lại còn hãnh diện nữa. Vì thấy con mình khỏe mạnh, thằng nào cũng cao to, vạm vỡ, là cái phước thứ nhứt. Con mình lại có công ăn việc làm, đóng góp cho xã hội, là cái phước thứ hai. Riêng mình, cũng tự sống được bằng hai bàn tay chân chính, không trộm cắp, làm bậy, là cái phước thứ ba. Lâu lâu, gặp nhà nào quá nghèo, tôi bốc mộ **giùm**, không lấy tiền công, coi như một cách cám ơn Trời Phật cho tôi còn sống sót qua chiến tranh. Vậy đủ rồi. Than thở chi hả cô?"

Ông ực một ly rượu nữa, với tay lấy miếng xoài sống chấm muối ớt bỏ vào miệng nhai rôm rốp. Uôl cũng cạn một ly: "Ờ, anh còn khỏe lắm, còn làm ăn lâu dài mà. Ủa, mà nhiêu tuổi rồi vậy?" "Sáu mươi ba." Hả? Cả Uôl lẫn mấy anh em tôi đồng loạt kêu lên. Trông ông chỉ chừng hơn năm mươi. Ông lại cười khì khì, và móc tiếp một chai nửa lít khác. Chỉ hai người mà "chơi" hết lít rưỡi đế trắng.

Lát sau, ông loạng choạng đứng dậy: "Thôi, đáng lẽ ngồi đây tiễn đưa thằng Dũng cho tới phút cuối, nhưng mệt quá, mai còn đi bốc hai mộ nữa. Tôi về nghen. Dũng, vô chùa ở cho vui nha mậy, có anh chị em đưa đi như vầy còn đòi gì nữa." Ông lại trùm cái nón lên đầu, sùm sụp, che gần hết đôi mắt to thô lố nhưng cái miệng thì lại cười rất tươi.

Tro cốt của em, tôi đã đưa vào chùa. Mấy ông anh tôi hài lòng khi thấy ngôi chùa trang nghiêm, thoáng mát. Chỉ có điều, ai nấy vẫn thắc mắc về cái tượng Phật, tại sao tìm mãi không ra. Tôi thì nghĩ rằng, tượng Phật đã chìm vào đáy mộ sâu, đã tan vào đất, vào trùng trùng của cõi nhân sinh.

Tìm làm gì, chỉ cần bốc lên một nắm đất là đã thấy Phật trong tay.

CHÙA KIM HUÊ

Diệu Kim kính dâng
Giác linh Hòa thượng Chánh Quả

Chùa Kim Huê nằm bên con rạch Cái Sơn, cách cầu Cái Sơn chừng nửa cây số. Con rạch nhỏ, chảy uốn lượn từ bờ sông Sa Đéc, chỗ có họp chợ náo nhiệt, lên tới cầu Nàng Hai, rồi băng tuốt vô đồng. Một bên bờ rạch là lộ xe mang tên "đường nhà đèn", vì có nhà đèn - tức nhà máy điện - ở gần đầu cầu Cái Sơn. Phải nói cho rõ là cầu Cái Sơn 3, vì có ba cây cầu xi măng nhỏ nằm song song nhau chắn ngang con rạch. Cây cầu thứ ba là điểm bắt đầu của con lộ xe. Con lộ đó là huyết mạch giao thông duy nhất của xe đò lục tỉnh chạy từ Sa Đéc lên Long Xuyên, xuống Rạch Giá. Đường rải đá nhỏ, bánh xe xóc lên nhịp nhàng như sóng nước, ai có tánh buồn ngủ khi đi xe sẽ được dỗ giấc mau chóng.

Nhưng đá thì đá, vẫn không nhiều bụi bốc lên, chỉ phe phẩy dưới vòng bánh xe như một lớp khói mờ mờ. Những chuyến xe đò của những năm 1930 là một cái gì tuyệt vời lắm. Nó chở trong mình nó những chuyến phiêu lưu kỳ thú, nó sình sịch nổ máy như kể cho người dân quê nghe về những chuyện trên đường, những vùng đất xa xôi mà họ chưa từng đặt chân tới.

Ngày ấy, dân quê chẳng có mấy dịp đi ra ngoài, họ quanh quẩn với miếng vườn miếng ruộng, có chút ít sản vật thì đem ra chợ Sa Đéc gần đó bán buôn, đổi chác. Không gian của họ thu gọn giữa bốn bề cây lá quanh nhà, yên tĩnh, bằng lòng. Cho nên chỉ có dân chợ và bạn hàng là khách thường xuyên của hai hãng xe đò Tân Phát, Huê Mỹ. Bảy năm sau, có thêm vài hãng khác mở ra, cạnh tranh với hai hãng này bằng cách đến tận nhà rước khách.

Nói là hãng cho lớn, chớ chỉ chừng mươi chiếc xe cũ kỹ, mỗi chiếc gần bốn chục chỗ ngồi mà máy xe được cải tiến từ máy Renolt, Trắc-xông, Tricoen bốn chỗ, thậm chí cả máy xe cút kít. Mỗi bận đề máy không nổ thì có tay quay dự phòng. Và cứ chạy một khúc thì dừng lại đổ nước vô bình giải nhiệt đặt tuốt trên mui. Đất đồng bằng chằng chịt sông rạch, cặp con lộ nào cũng có mương nhỏ dẫn nước vô đồng, nên gọi mương lộ, anh lơ chỉ việc xách lên một thùng "tắm" cho máy là xe lại tiếp tục vươn vai phóng về phía trước. Tiếng sình sịch vừa mệt lại vừa vui, giống như một người chạy thở hào hển nhưng vẫn náo nức với hành trình phiêu lãng của mình.

Dẫu sao, như vậy tỉnh lỵ Sa Đéc vẫn còn "oai" gấp mấy lần so với các huyện, chẳng hạn Nha Mân còn lọc cọc xe ngựa, hành khách lắc lư theo nhịp gõ của "chú mã" u buồn, đi vài cây số mà tưởng xa thăm thẳm. Chưa kể, ở Sa Đéc cứ năm giờ sáng mỗi ngày lại có một chuyến xe đò đi Sài Gòn, chiều tối quay về, là nỗi háo hức bí ẩn đối với biết bao người. Chỉ nghe đến hai tiếng Sài Gòn đã thấy biết bao rạo rực trong lòng. Và tiếng xe lăn trong trời mờ sương đã đánh thức cả một vùng quê yên tĩnh.

Gọi là vùng quê cũng đúng vì hai bên con lộ cây cối um tùm, thậm chí sau đó một bót lính đã mọc lên để canh chừng "Việt Minh" len lỏi vào. Núp sau những hàng cây sầm uất đó, cũng có vài căn nhà lớn xây theo kiểu Pháp. Nhưng vẫn không xóa được cái cảm giác thôn quê nơi đây. Phía bên kia con rạch lại càng um tùm hơn vì không có lộ xe mà chỉ là đường đất nhỏ quanh co với những cây cầu khỉ nối nhau cắt dọc những khu vườn. Bót lính nằm ở bên này, và bước thêm vài trăm bước đã gặp ngôi chùa giấu mình sau lớp rào kín cổng.

Hòa thượng Chánh Quả lẹp kẹp đôi guốc vông bước ra sau chùa. Ông đi thử coi đôi guốc mới đóng có vừa chân không. Hôm qua, Hòa thượng ngồi đẽo khúc gỗ vông rồi lấy cái vỏ xe đạp đóng vô làm quai. Ông không cắt xén chi nhiều, cứ để cái quai thiệt bự bao trùm gần hết bàn chân, "để đi xa không mỏi", ông nói vậy. Thầy giáo thọ Huệ Hòa lắc đầu: "Thấy ông cụ mà thương. Nhưng nhìn cái quai dầy mo, tôi đã... mỏi chân." Cả chùa, ai cũng mang guốc vông, nhưng không ai có được cái quai guốc đặc biệt như Hòa thượng.

Tiếng lẹp kẹp nhỏ nhẹ kéo dần ra sân rồi dừng lại bên mấy chậu thược dược. Cái giống hoa quý phái này không biết Hòa thượng xin được ở đâu mà bây giờ rực rỡ vươn mình giữa đám hoa đồng cỏ nội trong chùa. Cái màu đỏ tía của nó nổi bật trên nền vàng cam của bông vạn thọ, trắng phớt của bông soi nhái, và tím dịu của bông dừa... Bông hoa nở ngập sân chùa như quên đi tiếng súng nổ xa xa, át cả tiếng đại bác gầm đâu đó... Một chút thanh bình, yên tĩnh len lỏi vào thiền môn, giúp cho dân quanh vùng tìm được sự chở che, an ủi. Nên người ta gọi đó là "chùa Bông" một cách dân dã, gần gũi, và thường lui tới xin hoa về chưng cúng. Thầy Huệ Hòa đệ tử của Hòa thượng, đặc biệt yêu thích bông hoa, nên càng để tâm chăm sóc. Tết tới, vạn thọ nở đỏ cả chùa, thơm ngát lên tới chánh điện.

Hòa thượng với tay lấy cái gáo dừa cán dài múc nước trong nửa mảnh lu bể gần đó tưới cho cây thược dược. Ông kêu: "Thiện Tâm à, con coi châm nước vô lu." Chú Thiện Tâm đang xách nước tưới mấy luống hoa, vội mang đến một thùng cho Hòa thượng. Hòa thượng ngó vị tăng trẻ: "Đi đứng cho nhẹ nhàng. Làm gì cũng phải giữ chánh niệm." Chú Thiện Tâm giựt mình, dạ nhỏ. Chắc lúc vội, chú bước chân hơi mạnh. Thảo nào mà nước sánh ra làm ướt bộ quần áo bằng vải ta màu đà. Chú len lén xách đôi thùng tránh xa chỗ Hòa thượng. Chú vừa tưới cho xong mấy luống vạn thọ cuối sân, vừa liếc trông chừng cái bóng mặc bộ đồ hàng màu vàng nhạt, bóng ngời lên trong nắng sớm. Hòa thượng chuộng loại vải đó vì mặc rất ấm.

Chú Thiện Tâm rất thích hình ảnh ông cụ cúi xuống bên khóm hoa, nhưng như thói quen, chú vẫn sờ sợ thế nào ấy và rồi cứ né. Mà đâu chỉ mình chú, cả chùa, cả mấy bà Phật tử cũng sợ Hòa thượng. Ông nổi tiếng về giới luật, đố ai dám rục rịch không tuân. Chú Thiện Tâm nhớ lại tuần trước, một cô gái vào chùa hỏi đúng tên một huynh đệ của chú. Thế là Hòa thượng gặng hỏi: "Ông đi đâu mà quen cổ? Ông xưng danh xưng tánh hay quá ha! Ở chùa này hồi nào tới giờ ông có thấy mấy cô trẻ trẻ lui tới hay không?..." Vị huynh đệ của chú mặt xanh như tàu lá, xin sám hối cả buổi chiều.

Hèn chi, chú Thiện Tâm nghĩ, Phật tử tới chùa này chỉ toàn mấy ông, mấy chú, mấy bà lớn tuổi, không hề thấy bóng một cô nào trẻ trung, nhan sắc. Chú Thiện Tâm sợ lắm, bởi vì nếu vi phạm giới luật thì Hòa thượng sẽ đuổi ra khỏi chùa. Mà xin được vô đây đâu phải dễ. Tổ đình Kim Huê là nỗi ước ao của những người xuất gia như chú. Thiện Tâm nhớ lại ngày xưa chú ở Cái Gia gần Mỹ Thuận, còn là một cậu học sinh tiểu học, ngày nào đi học cũng ghé ngang chùa Long Hòa chơi. Thấy quý thầy xách nước tưới hoa, chú vui tay nhào vô tưới tiếp. Rồi thầy cho chú ăn cơm, riết rồi ở luôn trong chùa mà đi học. Chú mê cảnh thiền môn tự lúc nào không rõ.

Thế là xin xuất gia và bắt đầu tầm sư học đạo. Hòa thượng

Long Hòa gởi chú lên chùa Bà Soàn, sau đó lên chùa Bông, tức Kim Huê, để thọ pháp cùng Hòa thượng Chánh Quả. Lúc bấy giờ Hòa thượng Chánh Quả nổi tiếng khắp vùng vì đã là Hội viên của Hội nghiên cứu Phật học Nam Kỳ và là Giảng sư của Trường Phật học Lưỡng Xuyên, Trà Vinh. Hòa thượng cũng hợp tác chặt chẽ với Hòa thượng Từ Vân ở Tân Thuận Tây, Cao Lãnh, khắc in một số bản kinh luật chữ Hán như *Sa-di luật giải, Tỳ-ni nhựt dụng, Bồ Tát giới, 24 oai nghi, Quy Sơn cảnh sách, Tứ thập nhị chương*... lưu truyền khắp miền Tây. Tên tuổi của Hòa thượng làm rạng rỡ cho chùa Kim Huê, và số tu sĩ xin về chùa tu tập ngày càng nhiều.

Nhưng vào thì khó, mà ra thì... dễ ợt. Cho nên ai nấy ráng thủ mình giữ gìn giới luật để ông cụ vừa lòng. Ông thường nói: "Tu thì tu, không tu thì ra đời, tôi không có buộc ai hết." Vậy mà đệ tử của Hòa thượng ai cũng tự giác "buộc" mình vào cảnh chùa thanh tịnh, nghiêm trang này, vì biết rằng đường tu có khó khăn như vậy thì kết quả mới tốt đẹp.

Chú Thiện Tâm lại giật mình nhận ra mình đang nghĩ ngợi lung tung. Chú tưới nốt cho xong luống hoa cuối cùng, thấy bóng áo của Hòa thượng cũng đã khuất tự lúc nào. Chú cất đôi thùng vào kho rồi xối ào mấy gáo nước lên người. Nước mát lạnh làm chú tỉnh táo thêm ra. Hy vọng hôm nay chú học bài mau lẹ. Chú nhìn ra vườn, nắng đã lên lưng chừng đọt chuối, là độ 8, 9 giờ. Lá chuối xanh nõn xòe đôi cánh rộng như đôi cánh của một con bướm khổng lồ, khẽ phất qua phất lại trông thật đáng yêu.

Khi chú Thiện Tâm đã xong phần tắm gội, bước vào phòng học thì thấy huynh đệ đã ngồi vào bàn ngay ngắn. Sau bữa cháo sáng điểm tâm, ai có công việc lao động của người ấy gọi là chấp tác, chẳng hạn ra ruộng, cuốc đất, tưới cây, nhổ cỏ, lau chùa, quét sân... và bây giờ phải ngồi học nghiêm chỉnh. Cái thời khóa biểu ấy cứ đều đều mỗi ngày, nhịp nhàng khắc lên cuộc đời tu hành những vết rất cũ mà cũng rất mới. Chú Thiện Tâm nghĩ có lẽ mãi mãi không có gì lạ xảy ra nơi đây, không có gì có thể làm chú ngạc nhiên, kinh động. Bởi ngày nào cũng y như ngày ấy, thầy trò chú cứ lặp đi lặp lại những công việc quen thuộc tưởng chừng rất cũ.

Nhưng thật ra, chú vẫn cảm nhận có cái gì rất mới chứa đựng trong nó. Bởi luống hoa hôm nay đã không giống luống hoa hôm qua, tiếng chuông hôm nay cũng khác tiếng chuông hôm qua, và bài học cũ nhưng mỗi lần đọc lại chú cũng thấy mình đã lĩnh hội khác đi, chiêm nghiệm khác đi... Chú cảm nhận lòng mình mỗi ngày một thay đổi, nên chú nhìn gì cũng thấy nó mới hơn, lạ hơn... Thời gian trôi bình thản mà vẫn nhanh nhẹn lạ kỳ phía sau cánh cổng chùa kín đáo.

Chú Thiện Tâm chấm đầu bút lông vô nghiên mực, viết mấy chữ Hán lên tờ giấy. Bên cạnh chú là chú Thiện An đang lẩm nhẩm bản kinh. Chú muốn nhoẻn miệng cười với Thiện An mà không dám. Thầy giáo thọ Huệ Hòa đang đi tới đi lui giữa hai hàng cột, tay cầm cây thước dài đến phát ớn, tuy rằng cây thước ấy không hề đánh ai. Lớp học im phăng phắc đến nghe rõ tiếng con ong bầu vo ve. Chà, con ong này làm tổ ở đầu kèo lâu dữ ha. Có đến cả năm rồi không ít. Bữa nào nó cũng bay tới bàn học như trêu chú vậy.

Cái tính nghịch ngợm bỗng trỗi dậy. Chú Thiện Tâm sẵn tay cầm cây bút lông quơ ngang con ong. Nhưng con ong đã lượn một vòng tuyệt đẹp tránh được cái "xuất chiêu" của chú. Chỉ khổ nỗi, đầu bút đầy mực đã vảy văng vào áo chú Thiện An một đốm to tướng. Chú Thiện An bị bất ngờ, la "ái" lên một tiếng. Cả phòng học ngẩng lên nhìn về phía chú Thiện An. Thầy Huệ Hòa xách cây thước thủng thỉnh đi tới. Bước chân thầy nhẹ nhàng mà sao từng tiếng dội vang như sấm vào những lồng ngực trẻ đang đập liên hồi kỳ trận sau những dãy bàn học. Thầy hỏi:

- Ai la đó?

Chú Thiện An lúng túng, mặt đỏ nhừ rồi chuyển qua xanh dờn xanh lét. Chú lắp bắp:

- Dạ, dạ... con...

Thầy Huệ Hòa nhịp cây thước lên bàn:
- Con phải không?

- Dạ.

- Tại sao làm kinh động đại chúng?

- Dạ, tại... tại...

Chú Thiện An nhìn đốm mực trên áo rồi liếc qua chú Thiện Tâm mặt mày cũng đang xám ngoét im thin thít cạnh bên. Chú Thiện An cứ cà lăm:

- Dạ tại... tại con ong...

- Con ong làm sao?

- Nó... nó bay theo con...

- Vậy rồi la lên?

- ... ...

- Con ong có gì đáng sợ không? Nó bay kệ nó. Nó đâu có biểu chú giỡn với nó.

- Dạ. - Chú Thiện An cúi đầu. - Bạch thầy, con có lỗi.

- Chiều nay chú quỳ hương.

Thế là chú Thiện An bị phạt. Chúng tăng không lạ gì cái chuyện phạt vạ trong chùa. Sư phụ Huệ Hòa rất ghét tánh trửng giỡn, mà mấy vị đệ tử trẻ chưa bỏ hết thói nghịch ngợm, nên hầu như ngày nào cũng có phát lồ, quỳ hương. Mỗi bữa lên quả đường đều có phát lồ, mỗi tối tụng kinh xong đều có quỳ hương. Tuy vậy, trong chùa đông người mà vẫn êm ru. Giỡn thì giỡn, đệ tử vẫn sợ thầy một phép.

Nhưng lần này chúng tăng ngạc nhiên vì thấy người bị

phạt là chú Thiện An. Chú được xem là hiền lành nhất chúng, ai bảo gì cũng làm, ai nói gì cũng nhịn. Cách đi cách đứng của chú cũng nhẹ nhàng, như nép mình sau người khác, như không dám làm ai chú ý. Vậy mà chú lại bị phạt vì cái tội giỡn, làm kinh động đại chúng, nghe mới kỳ.

Bây giờ chú quỳ đó, mặt hơi buồn nhưng không có vẻ gì giận dỗi, hờn trách. Chú chỉ buồn vì đáng lẽ giờ này chú được ngồi vào bàn học như thường lệ, thì phải quỳ tại đây. Chú nhớ sách vở quá, nhớ cuốn kinh, cây viết. Chú cố lẩm nhẩm lại bài học để đừng phí thời giờ, vì ngày mai sư phụ bắt trả bài mà không thuộc thì "chết". Cuốn kinh nào, cuốn luật nào cũng bằng chữ Hán, chưa được dịch ra quốc ngữ, nên người học phải đọc được chữ trong nguyên văn lẫn dịch nghĩa rõ ràng. Coi như đang học một "ngoại ngữ" vậy. Khó thì khó, nhưng vẫn là một hạnh phúc đối với chú Thiện An vì các chùa khác đâu có lớp dạy như thế. Chú đã chẳng lặn lội từ Cao Lãnh xuống tận đây để xin xuất gia, cầu pháp hay sao?

Cái ngày chú ra đi, tiếng súng kháng Pháp đã vang trở lại khắp miền Nam. Hai mươi lăm tuổi, chú rời xa người vợ hiền và một con trai, một con gái, tìm đến cửa thiền. Nhà chú ở xã Hòa An, Cao Lãnh, không gần một ngôi chùa nào. Chú nghe danh chùa Bông, lặn lội cả nửa ngày đường mới tới.

Đó là một buổi trưa năm 1950, trời cũng hanh nắng như thế này, cây lá cũng đứng im chờ gió như thế này. Sau giấc nghỉ trưa, tăng chúng thức dậy ngồi vào bàn học. Có chừng ba mươi vị đang tề chỉnh ôn luyện dưới sự chỉ dẫn của thầy giáo thọ Huệ Hòa. Hình ảnh đó làm chú xúc động đến ngất ngây. Thiêng liêng quá, khát khao quá. Làm sao chú có thể hòa nhập được vào đó để mà học hành cho thỏa những ngày thơ ấu cơ cực! Nhà chú nghèo lắm, cha mẹ đâu có lo khai sanh cho con, nên chú không được đến trường. Hồi đó kiếm một đồng xu cũng trần ai, đừng có mơ tưởng chuyện học. Nhưng rồi cha mẹ chú cũng cố gắng kiếm tiền cho con theo được lớp tư thục bên ngoài. Thầy giáo làng chỉ đủ vốn dạy cho học trò biết đọc biết viết. Và chú đem tất cả vốn liếng ấy vào chùa.

Thầy Huệ Hòa thu nhận chú làm đệ tử, cho vào lớp học. Huynh đệ học trước, họ giỏi giang, lanh lợi, còn chú học sau, thầy phải dạy bài riêng. Cho nên bây giờ chú vừa quỳ hương vừa cố gắng ôn lại bài. Hy vọng không làm sư phụ giận một lần nữa vì cái tội lười học.

Tàn cây hương thì kẻng báo giờ tan học cũng vừa điểm. Đã bốn giờ chiều, là giờ công phu. Sau đó thọ trì lúc sáu giờ, rồi tiếp tục học bài đến chín, mười giờ trước khi đi ngủ. Chú Thiện An mừng rơn khi chạm tay đến cuốn vở, tưởng chừng như xa nó lâu lắm vậy. Các vị sư trẻ ngồi quây quần thành từng nhóm, cứ bốn, năm người dùng chung một cây đèn dầu. Chú chung nhóm với Thiện Tâm, Thiện Tánh, Thiện Mỹ. Giờ tự học nên các chú cũng thoải mái đôi chút. Chú Thiện Tâm bối rối khều tay chú Thiện An hỏi nhỏ:

- Giận tui không?

- Dạ, có gì mà giận.

- Sao chú hổng khai ra tui...

Chú Thiện An mỉm cười:

- Khai ra thì cả hai đều bị phạt. Mình em bị phạt cũng đủ rồi.

- Ờ há...

Chú Thiện Tâm gục gặc đầu hiểu ra. Nét mặt chú đầy vẻ cảm động trước nghĩa cử của sư đệ. Chú lại khều Thiện An:

- Nè, bài học có chỗ nào không hiểu không, tui chỉ cho.

- Dạ cám ơn sư huynh. Chừng nào có thắc mắc thì em nhờ sư huynh giúp đỡ.

Chú Thiện Tâm yên lòng khi thấy sư đệ mình hỷ xả như vậy. Chú ngóng cổ nhìn quanh như để canh chừng thầy giáo thọ, rồi quay lại xì xầm với chú Thiện Tánh, Thiện Mỹ:

- Tính sao mấy huynh? Dứt khoát là đi há?

- Thì huynh làm sao tụi em làm y vậy.

Chú Thiện An giựt mình. Trời ơi, sư huynh chú đang bàn chuyện gì vậy? Chú mở to đôi mắt nhìn ba người. Chú Thiện Tâm ngắt chú một cái đau điếng:

- Con mắt của chú cầm bằng thỉnh sư phụ tới đây.

Chú Thiện An vội cụp mắt xuống, cố lấy lại vẻ bình thản. Chú Thiện Tâm bèn tiết lộ:

- Tụi anh đang bàn kế đi học ngoài trường tiểu học, không cho sư ông biết.

Sư ông là Hòa thượng Chánh Quả. Chú Thiện An biết sư ông rất ghét tu sĩ đi học chữ quốc ngữ. Giờ huynh đệ chú lại bàn cách lén đi...

- Nè, ông đừng có méc nghen ông.

Chú Thiện Tánh dặn vậy thôi chứ chú thừa biết chú Thiện An rất hiền, đâu có tánh lẻo mép. Chú Thiện An mỉm cười gật đầu, mắt ánh lên niềm vui thích. Cả bốn người lại chăm chú cúi xuống quyển kinh. Gió xào xạc ngoài vườn chùa, đẩy vầng trăng lên tận những đọt me đọt xoài, phảng phất mùi lá non chua chua quyến rũ.

*

Sáng bảnh mắt mà những giọt sương vẫn còn đọng trên những chiếc lá xanh mướt và luyến tiếc không muốn rời những nhụy hoa li ti phấn vàng, thở vào vườn chùa một hơi lành lạnh thơm thơm. Chú Thiện An mở to đôi cánh cửa cho hơi thơm ấy lùa vào tổ đường, trong trẻo ập vào buồng phổi của chú. Chú khoan khoái hít một hơi dài trước khi chạy xuống bếp dọn cháo lên cho đại chúng điểm tâm. Cháo trắng ăn với củ cải hoặc tương kho, muối mè, là món duy nhất của nhà chùa. Đến trưa mọi người mới được ăn ngọ, và rồi nhịn luôn cho tới sáng hôm sau.

Chú Thiện An cẩn thận xếp những cái chén sành thành mỗi mâm bốn cái. Mùi cháo nấu nhừ tỏa lên thơm lừng làm chú quên đi sự thanh bần của cảnh chùa quê.

Hòa thượng Chánh Quả cũng ngồi cùng quá đường với đại chúng. Ăn xong, ông bắt đầu giảng một đoạn kinh. Tối nào Hòa thượng cũng tụng *Bảo Tích* hoặc *Hoa Nghiêm*, và tụng đến đoạn nào thì sáng ra giảng ngay đoạn ấy. Sáng nay, như thường lệ, giảng xong ông hỏi: "Con thấy sao, Thiện Tâm?" Chú Thiện Tâm học giỏi, lanh lợi, thường được Hòa thượng "khảo bài" như thế. Ngoài chú Thiện Tâm còn có chú Thiện Quả cũng lanh lợi không kém vì trước kia khi chưa xuất gia chú làm xã trưởng, ghép với tên chú thành "xã Biện." Hai ông học trò cưng này sáng nào cũng đứng lên trả lời ý nghĩa của đoạn kinh mà chính mình lĩnh hội được sau khi nghe Hòa thượng giảng.

Nhưng sáng nay, Hòa thượng hỏi xong mà mãi không nghe chú Thiện Tâm trả lời. Hòa thượng nhìn suốt lượt, rõ ràng chú không có ngồi trong quá đường. Hòa thượng hỏi thầy giáo thọ Huệ Hòa: "Thiện Tâm đâu? Còn Thiện Tánh, Thiện Mỹ nữa?" Thầy Huệ Hòa đứng dậy chắp tay: "Bạch sư phụ, ba chú ấy đi học rồi ạ." "Học cái gì?" "Dạ học ở trường tiểu học." "Học chữ Việt phải không? Học để làm quý làm ma, viết thơ cho con gái chớ gì!" Câu này Hòa thượng răn đe không biết bao nhiêu lần. Thầy Huệ Hòa ấp úng: "Dạ, xin thầy..." "Không có xin gì hết. Ông là ông giáo mà ông bao che cho tụi nó há! Tôi đuổi hết ba đứa." Thầy Huệ Hòa hoảng hồn, nhưng cứ một mực dạ thưa, chờ Hòa thượng nguôi giận. Chúng tăng xanh mắt sợ cho ba vị huynh đệ dám bạo gan phá vỡ luật lệ của ông cụ.

Trong lúc đó thì chú Thiện Tâm, Thiện Tánh, Thiện Mỹ hì hục chạy cho lẹ thoát khỏi sự kiểm soát của Hòa thượng. Ba chú phải đi đường tắt, lội qua một con mương nhỏ. Ôi thôi, áo tràng thì lột ra, quần thì xăn ống lên tới bắp chuối chân cho khỏi ướt, tay ôm cặp, tay quơ mấy cọng cỏ mọc bùm sùm dưới mương. Mấy chiếc lá nham nhám cứ quệt vô tay ngứa ngứa, có cọng còn tặng luôn lên áo các chú vài đốm bùn hăng hắc, thiệt dễ sợ!

Ra tới trường, ngồi học mà trống ngực ba chú còn đánh liên hồi. Chú nào cũng lớn bộn, mà vẫn cố lấy cho được cái bằng tiểu học. Thầy giáo hứa cho các chú học song song tiểu học với trung học và học nhảy lớp cho mau. Chỉ còn cách đó các chú mới theo kịp chương trình, nhưng đòi hỏi các chú phải nỗ lực rất nhiều.

Nỗ lực thì không sợ. Thức khuya dậy sớm mà học. Nhịn ăn nhịn ngủ mà học. Chỉ có điều, làm sao xin phép được Hòa thượng thì mới tính chuyện học lâu dài. Trống trường điểm, ai nấy ra về, chính là lúc ba chú nhớ lại thực tế hoàn cảnh của mình. Cả ba nhìn nhau rồi chạy ù đường tắt về chùa.

Tới chùa, ba chú không dám vô liền mà thập thò ngoài cửa sau để coi động tĩnh thế nào. Nghe rõ tiếng Hòa thượng rầy thầy Huệ Hòa:

- Ông nói là ông cho phép tụi nó phải không? Giỏi dữ ha.

- Bạch thầy, con nghĩ sau này nước nhà sẽ phát triển chữ quốc ngữ, cũng nên cho các chú theo học để làm phương tiện hoằng pháp độ sanh.

- Độ sanh đâu hổng biết, mà coi chừng tụi nó bị người ta rù quến.

- Dạ con thấy đạo hạnh của các chú không đến nỗi nào.

- Nhưng tôi nói đuổi là đuổi nghen. Ông giáo mà chứa, tôi đuổi luôn ông giáo.

Thầy giáo thọ Huệ Hòa dạ dạ cho qua chuyện. Chờ tiếng guốc Hòa thượng đi lên nhà trên, thầy đưa tay ngoắc ba chú:

- Vô đi. Đừng nói gì hết, ông cụ có la thì đổ hết cho thầy.

Ba chú đệ tử mừng rơn vì có sư phụ chở che. Sư phụ còn bày ra một kế làm Hòa thượng nguôi ngoai. Thế là suốt mấy hôm liền, ba chú trốn mặt ông cụ. Hễ ông cụ ra nhà trước thì ba chú vòng xuống nhà sau, ông cụ ra nhà sau thì ba chú vòng lên nhà trước. Tới bữa, lén bới một tô cơm chan đại chút nước tương ra ngồi sau hè mà ăn. Sư phụ Huệ Hòa an ủi:

- Ráng đi tụi con. Thông cảm ông cụ thuộc thế hệ trước nên dĩ nhiên có phần không "cấp tiến." Nhưng không có công lao của ông cụ thì bây giờ mình đâu được như thế này.

Không cần sư phụ nói, ba chú cũng hiểu và vẫn một lòng tôn kính Hòa thượng. Thậm chí, ba chú thấy buồn nao nao vì mỗi ngày không còn nghe Hòa thượng giảng kinh trên quá đường, nhớ tiếng guốc của Hòa thượng gõ nhẹ nhàng bên khóm hoa... Ba chú chỉ mong Hòa thượng nguôi giận để thầy trò được gần gũi như xưa...

*

Hòa thượng ngồi tẩn mẩn sửa lại cái quai guốc. Tiếng búa gõ cộc cộc làm con chim đậu trên nhánh xoài giựt mình. Nó chớp cánh bay vút lên để vọng lại một tràng kíu ríu kíu ríu nghe xót cả ruột. Hòa thượng ngước nhìn lên. Mi mắt già nua với nếp nhăn sụp xuống vẫn cố dõi tìm con chim nhỏ. Nó đâu rồi? Xuống đây con. Ta đâu có đuổi mà con bay dữ vậy. Ờ thôi ta không đóng nữa, ta dẹp cây búa đây. Đôi guốc này hơi nặng, ta định sửa lại cho dễ đi. Thôi, mang đỡ vậy, hôm nào sửa cũng được. Xuống đây con, ta cho mấy hột gạo...

Con chim nhỏ bay một vòng rồi sà lại chỗ cũ. Cái cánh nâu lốm đốm trắng của nó khép vào bên hông có vẻ yên lòng. Hòa thượng kêu: "Huơ, Thiện Tâm ơi, đem cho thầy nắm gạo!" Tiếng Hòa thượng vọng ra vườn chùa, chỉ có tiếng lá xạc xào đáp lại. Hòa thượng giật mình. Ông cứ quen miệng kêu Thiện Tâm. Hòa thượng chợt nhớ ba đứa nhỏ. Mấy ngày nay tụi nó đi đâu? Ông biết ba chú không bỏ chùa, bỏ thầy, mà chỉ trốn ông thôi. Tội nghiệp. Hòa thượng chép miệng. Thiện Tâm lanh lợi nhứt, chắc là đầu đảng cho hai đứa kia. Ba đứa căn tánh đều thông minh, đạo hạnh, nhưng cuộc đời biết bao phức tạp, làm sao lường trước được. Đường tu gian khổ, nếu một phút không cẩn trọng là phá vỡ cả công trình bao nhiêu năm. Ông giữ gìn cho các chú vì ông thương các chú, không đành lòng nhìn sự nghiệp các chú gãy đổ. Các chú như con chim nhỏ kia, thà cứ đậu trên nhánh cây trong vườn chùa, ông còn có thể bảo bọc, chở che, chớ nó bay đi xa biết làm sao tránh được lần đạn mũi tên...

Kíu ríu... kíu ríu...

Con chim lại kêu, nhưng tiếng kêu nhẹ hơn, thanh hơn. Hòa thượng chống tay đứng dậy. Ừ, để ta đi lấy gạo cho con...

*

Lớp học trong chùa vui vẻ trở lại vì ba chú Thiện Tâm, Thiện Tánh, Thiện Mỹ đã được Hòa thượng tha thứ. Thật ra Hòa thượng không nói tiếng "tha", mà ông "lơ" đi khi thấy mặt ba chú xuất hiện trong quá đường. Ông không nhắc, không hỏi han tới vụ học chữ quốc ngữ nữa, dù biết rằng ba chú vẫn tiếp tục. Cái hôm con nhỏ Kim Anh trong xóm, cũng là bạn học của ba chú, vừa chạy vô chùa vừa la bài hãi báo tin: "Thầy ơi thầy đậu rồi! Thầy ơi thầy đậu rồi!", báo hại ba chú trốn gần chết. Hòa thượng chống gậy ra hỏi: "Đậu cái gì? Ai đậu?" Nhỏ Kim Anh lắp bắp như có ai nhét đậu phộng vô miệng nó: "Dạ... dạ... thầy Tâm, thầy Mỹ, thầy Tánh đậu tiểu học ạ." Hòa thượng "hứ" một tiếng rồi chống gậy lộp cộp đi vô. Ở ngoài hè, ba chú thiếu điều muốn ôm chầm lấy sư phụ Huệ Hòa.

Bốn thầy trò mặt tươi như hoa, bởi cái bằng tiểu học coi vậy chớ đâu phải dễ lấy. Nhớ hồi mới vô học, thầy giáo Sĩ phải kèm thêm Pháp văn vào ban đêm cho ba chú theo kịp bạn bè, vừa kèm vừa trêu: "Thầy Tâm chia verb chữ nào, giống nào cũng thêm s." Cả ba đã hơi nản nản. Nhưng không ngờ sau đó lại học tiến bộ vượt bực khiến thầy giáo Sĩ cũng ngạc nhiên. Được thầy khen, ba chú càng siêng học. Chẳng những vậy, đi học về, chú Thiện Tâm lại càng siêng tụng kinh, chúc tán, cúng ngọ, thậm chí dạy kinh cho mấy chú tiểu mới vô nữa. Chú cáng đáng nhiều việc thay cho sư phụ Huệ Hòa khiến sư phụ càng thương và ủng hộ các chú đi học chữ quốc ngữ. Hòa thượng thấy các chú tuy đi học mà không bỏ bê việc tu, cũng không rầy nữa. Nghe Hòa thượng "hứ", các chú biết ông cụ mừng lắm mà còn... giả bộ.

Chú Thiện Tâm vẫn ngồi kế chú Thiện An trong lớp. Thầy giáo thọ vẫn cầm cây thước đi tới đi lui giữa hai hàng cột. Con ong bầu vẫn vo ve trước mặt các chú. Chú Thiện Tâm định chu miệng thổi phù vô cánh con ong, sực nhớ lại mấy cây hương dài thòn đang chờ mình... Chú định chọc con ong thôi chớ đâu có ghét nó. Cái bụng tròn tròn thấy thương ghê! Con ong bay một hồi rồi rút lên cái tổ của nó trên đầu kèo. Chú Thiện Tâm không thèm nhìn nó nữa, cầm cuốn kinh lên đọc:

- *Bồ đề bổn vô thọ. Minh cảnh diệc phi đài. Bổn lai vô nhất vật. Hà xứ nhạc trần ai.*

Chỗ chú ngồi gần sát phòng Hòa thượng nên Hòa thượng

nghe rất rõ giọng chú. Hòa thượng vẫn thường lắng tai nghe các đệ tử đọc bài. Và ông chống gậy đi ra mỗi lần có chú nào đọc sai câu gì đó.

- Thiện Tâm coi kỹ sách, có phải con đọc chữ *nhạ* thành chữ *nhạc* không?

Chú Thiện Tâm nhìn lại trang kinh. À, vì đọc lẹ quá nên chú líu lưỡi, *nhạ* thành *nhạc*.

Tiếng guốc của Hòa thượng đã khuất vào phòng tự lúc nào.

Vừa tan học, chú Thiện Tâm vội cất sách vở rồi chạy ào xuống nhà bếp. Chiều nay chùa nấu chè cúng rằm, mấy bà Phật tử đã xách nếp, đường, đậu lủ khủ vô chùa. Chú phải coi điều động tiếp họ. Trong đám có bà Tám Bê là lanh lẹ nhất, giỏi nghề nấu nướng. Bà thường là "bếp trưởng" mỗi khi chùa có đám. Ai ăn món của bà nấu đều khen ngon. Nhưng bù lại, bà có tật hay gắt gỏng, chê bai người khác. Bữa nay cũng vậy, vừa bước vô bếp chú đã nghe tiếng bà cằn nhằn với dì Sáu Nhỏ:

- Tui đã nói là phải nấu đậu cho thiệt mềm. Ba xồn ba xực như vầy ăn sao được.

Dì Sáu lấy đũa bếp đánh tơi những hạt đậu xanh đãi vỏ vàng óng ra, trả lời:

- Mềm vầy thôi chớ mềm sao nữa!

- Thôi thôi để đó cho tui. Mất công một chút mà nó ngon, của đâu đem làm dở ẹt, vừa ăn vừa tức.

- Cái bà này! Làm như có mình bà biết nấu. Giỏi dữ!

Lời qua tiếng lại một hồi sinh ra cãi vã, và vọng tới tai Hòa thượng. Ông chậm rãi đi xuống bếp:

- Cái gì om sòm vậy hả?

Bà Tám với dì Sáu mạnh ai nấy phân trần giành phần phải về mình, mong được Hòa thượng phán xử cho công bằng. Hòa thượng ngồi làm thinh, lắng tai nghe. Hồi lâu, chẳng thấy ông nói gì, mà đứng dậy mang guốc lẹp kẹp đi lên, vừa đi vừa lẩm bẩm:

- Mấy bà dữ quá!

Bà Tám với dì Sáu chợt tẽn tò, ngồi im thin thít. Mấy bà khác cũng ngó nhau, mắc cỡ.

Nồi chè nếp đã nhừ, vậy mà còn có chút đường lại không ai nhớ để vô.

*

Chú Thiện An giở hũ chao hột ra. Mùi ngậy ngậy của hạt đậu nành ủ kín phất lên mũi chú thật quen thuộc. Đây là món ăn chủ lực của chùa, và các chú đều rất thuần tay chế biến. Ba bữa trước, chú đã nấu đậu nành suốt từ sáng tới chiều cho thật mềm, rồi lấy thúng vớt ra, còn lại trong nồi chừng một tô nước cốt luộc đậu. Chú đổ tất cả đậu vào hũ sành đem ủ. Bây giờ thì chú trút phần đậu đó vô phần nướt cốt hôm nọ. Chú làm thêm các gia vị để ướp. Theo công thức, cứ hai ký đậu thì một muỗng canh tiêu xay, một xị rượu đế loại ngon, trộn cho đều hạt đậu. Chú lại lấy một cái nồi đất lường muối đổ vào rang. Cứ hai lon đậu thì dùng một lon muối hột. Vừa rang, chú vừa né những hạt muối nổ dòn rôm rốp, bắn tung lên cao. Đến khi nồi muối hoàn toàn không còn hạt nào nổ nữa, thì chú trút cả nồi đang còn nóng rực như thế vào phần đậu đã ướp lúc nãy. Khói bốc lên nghi ngút. Chú để yên hũ đậu nơi ấy, chờ qua một đêm. Sáng mai chú sẽ nấu một ấm nước sôi đổ vào, rồi đem hũ ra phơi nắng. Phơi vài nắng là ăn được. Những hạt đậu nhũn ra có màu vàng như mật ong, muốn ăn phải pha thêm nước cho lỏng ra, thêm chanh hoặc **giấm, đường** vào nữa. Thế là có một thứ nước sóng sánh đủ vị chua, mặn, ngọt. Rau lang, rau muống, cải trời, bắp chuối... đầy vườn, đem luộc thật dòn và xanh, chấm vào thứ nước ấy, ăn được mấy chén cơm đầy.

Hầu như quanh năm, ở chùa chỉ có món tương chao giản dị này, mà da dẻ các chú hồng hào, tinh thần minh mẫn lạ kỳ. Mấy bà Phật tử thường nói các chú, các thầy được "Phật nuôi." Chú Thiện An mỉm cười một mình. Chú làm cho mau để còn sửa soạn hành lý cho Hòa thượng đi Sài Gòn vào ngày mai. Hòa thượng đi thăm Hòa thượng Hành Trụ ở chùa Tăng Già bên cầu Ông Lãnh. Hòa thượng Hành Trụ có về chùa Long An ở Sa Đéc này mở lớp học cho ni chúng, là vị Hòa thượng có công hạnh rất lớn. Hai ông cụ rất quý nhau và thỉnh thoảng ông cụ dưới này lên thăm ông cụ ở Sài Gòn.

Mà thật ra, chú có cần chuẩn bị gì nhiều cho Hòa thượng Chánh Quả. Hành lý của ông chỉ là một tay nải gồm một y áo qua đêm, mua thêm một ổ bánh mì lạt nhét vào, đi đường xa đói bụng thì Hòa thượng lấy ra ăn. Vậy thôi. Nhưng chú cũng phải chuẩn bị kỹ càng chứ. Rủi tay nải đứt quai. Rủi áo Hòa thượng sứt chỉ... Lại thêm cây dù đen có cái ngoéo làm tay cầm, chú cũng phải kiểm tra từng cây căm, mí vải.

Mờ sáng, Hòa thượng đã bước ra cổng chùa cho kịp chuyến xe đò năm giờ. Hòa thượng cặp cây dù đen vô nách, vai bên kia là cái tay nải cùng màu nâu với chiếc áo tràng lình xình như một ông lão nhà quê. Dưới chân vẫn là đôi guốc vông có cái quai bằng vỏ xe thiệt bự. Nhiều lần thầy Huệ Hòa nói với Hòa thượng: "Sư phụ đi lên thành, mà hổng chịu lấy cái áo tốt ra mặc!" Hòa thượng cười: "Có ai biết thầy đâu mà diện!" Quả thật, người đi đường làm sao biết vị sư già lẹp kẹp đôi guốc lội bộ từ bến xe tới tận chùa Tăng Già dưới cái nắng chang chang của Sài thành lại chính là vị Hòa thượng tiếng tăm của miền Tây Nam Bộ. Ông lẫn vào dòng người với tiếng guốc khua nhẹ trên đường phố, thanh thản bắt nhịp với tiếng xe cộ đông đúc, tiếng chợ búa ồn ào, không tên, không tuổi.

Đi Sài Gòn chuyến đó về, Hòa thượng ngã bệnh. Thật ra, Hòa thượng về rồi bắt tay vào sửa lại ngôi chùa. Ngày xưa chùa vốn mang tên Hội Khánh, do Hòa thượng Từ Lâm thành lập năm 1806. Trải qua bốn đời trụ trì thì bị gián đoạn, chỉ còn hai mẹ con một bà cụ già ở lại trông coi. Chùa lợp lá, nhỏ nhoi khiêm tốn, chưa tiếng tăm gì. Cho tới một ngày có vị sư tên Chánh Tín từ Châu Đốc ghé thăm. Trên đường đi nhập hạ ở Ba Tri, bước chân dun rủi ông đến chùa Bông, thế là hai mẹ con cụ già năn nỉ ông ở lại trông nom ngôi cổ tự.

Sư Chánh Tín trụ trì từ năm 1908 đến 1920 thì trao lại cho Hòa thượng Chánh Quả. Ngày ấy, Hòa thượng Chánh Quả là đệ tử của Hòa thượng Từ Phong ở chùa Giác Hải, Chợ Lớn, người sáng lập Hội Nghiên cứu Phật học Nam kỳ và tạp chí Từ Bi Âm. Hòa thượng Chánh Quả vâng lệnh sư phụ đi về phía Nam hoằng dương chánh pháp, phát triển Phật giáo ở miền Tây Nam Bộ. Sa Đéc lúc ấy phong cảnh hữu tình, khí hậu ôn hòa, và đã là một tỉnh lỵ có nền văn hóa khá cao trong vùng. Hòa thượng Chánh Quả dừng chân tại đây và mở những lớp học Phật pháp đầu tiên, quả không hổ danh đệ tử của Hòa thượng Từ Phong. Lớp học kéo dài nhiều năm đã đào tạo một thế hệ tu sĩ tài cao đức trọng như Huệ Hòa, Huệ Phát, Trí Quang, Trí Châu, Huệ Hưng, Thiện Quả, Như Ngọc, Như Trinh, Như Châu, Như Kỉnh... Hòa thượng Trí Tịnh cũng từng thọ giới Tỳ kheo với Hòa thượng Chánh Quả tại chùa Bông.

Ngôi chùa có một bề dày lịch sử như thế, nhưng bây giờ mái ngói cũ kỹ, vách lá đơn sơ, nên Hòa thượng quyết định sửa lại cho chúng tăng đủ điều kiện tu học. Ông chọn ngày 19 tháng 9 âm lịch, năm 1955. Chọn là chọn sao cho thuận tiện, chứ Hòa thượng không hề lật sách bói toán ra xem như lệ thường ở thôn quê Nam Bộ. Các đệ tử lén lén mở sách coi rồi trình lên Hòa thượng: "Bạch thầy, ngày đó là ngày thượng lương, gia chủ phải thọ tử, xin thầy dời lại hôm khác." Hòa thượng xua tay: "Mấy ông tu mà còn tin ba cái vụ mê tín đó. Khổ quá! Công tôi dạy dỗ mấy ông giáo lý đầy bụng, mà bây giờ mở sách bói toán ra coi ha!" Không ai dám cãi Hòa thượng. Thế là ngày ấy cứ tiến hành gác đòn dông.

Chẳng hiểu sao, chùa xây xong thì Hòa thượng ngã bệnh. Kẻ tin, người bài về cái ngày "thượng lương". Nhưng nỗi buồn bao phủ lên đại chúng vẫn là sự mất mát rất lớn khi ông cụ ra đi. Bao nhiêu công tác Phật sự vẫn rất cần bóng mát của Hòa thượng hướng dẫn, bao nhiêu ước mơ, hoài bão của lớp trẻ vẫn rất cần Hòa thượng đôn đốc, động viên. Mọi ngày Hòa thượng vẫn nói: "Mấy thầy lớn rồi, phải tự bay đi, tôi có sống đời theo mà dạy hoài được đâu!" Thật ra đại chúng vẫn mong được Hòa thượng chăm chút. Bây giờ Hòa thượng nằm đó, báo hiệu gốc cổ thụ sẽ không còn tỏa bóng được nữa. Đại chúng luân phiên nhau chăm sóc Hòa thượng, nhưng trực tiếp và gần gũi nhất là hai chú Thiện An và Thiện Tâm.

Chú Thiện An bưng vào phòng một tách cà phê nhỏ và một chén cháo cho Hòa thượng điểm tâm. Chú thấy Hòa thượng ngồi dựa lưng vào vách, kê cái gối phía sau. Từ hôm bệnh tới giờ, ông cụ toàn ngồi chứ không chịu nằm, ngay cả ngủ cũng ngủ ngồi. Chú Thiện An khe khẽ dâng cháo lên Hòa thượng. Hòa thượng bảo chú: "Con đỡ ta xuống đất đi tới đi lui vài bước cho khỏe người."

Chú Thiện An lật đật tìm đôi guốc vông của ông cụ, rồi nhẹ nhàng đỡ vai cho ông cụ bước đi. Tiếng guốc nghe yếu ớt quá làm chú Thiện An muốn bật khóc. Tự nhiên chú thấy thương Hòa thượng hơn lúc nào hết. Nhớ mấy lúc Hòa thượng "khó khăn", nhắc nhở từng li từng tí, chú và các chú kia đã than thở, và luôn tìm cách tránh né. Nhưng bây giờ, gần gũi Hòa thượng bao nhiêu ngày, chú nhận ra sự giản dị, thân tình chứa bên trong lớp vỏ nghiêm khắc. Và khi chú đưa tay ra đỡ dìu Hòa thượng, chú cảm nhận Hòa thượng nhỏ bé, dễ thương làm sao! Lòng tôn kính xen lẫn lòng yêu mến, nâng niu cứ dâng lên trong chú. Chú đâm ra ngơ ngẩn, dâng cháo lên Hòa thượng mà quên đưa muỗng. Hòa thượng lắc đầu: "Thằng nhỏ này bữa nay làm sao vậy!"

Hòa thượng ăn xong, kêu chú vấn dùm một điếu thuốc. Thứ thuốc rê Cao Lãnh thơm đậm đà, vấn sâu kèn cho ông cụ bập vài hơi ấm bụng. Hòa thượng cười cười, đôi má già nhăn nheo theo từng đám khói thuốc. "Coi chừng thầy nghen, thấy thầy không hút nữa là đi đó!" Chú Thiện An sợ xanh mặt. Dẫu biết sanh lão bệnh tử là quy luật, nhưng chú không thể nào bình thản được như ông cụ. Ông cụ nói mà tưởng chừng ông cụ sắp đi chơi đâu đó, sắp đi Sài Gòn hổng bằng! Khỏe re, vui vẻ, nhẹ nhàng.

Trời ơi, chú Thiện An chợt hoảng, rủi ông cụ "đi" liền bây giờ thì sao. Chú lập cập chạy ra kêu chú Thiện Tâm. Nghe chú kể lể sự tình, chú Thiện Tâm cười ngất: "Ông nhát quá ông ơi! Ông cụ còn ăn cháo ngon lành mà. Đi đâu mà đi! Nói bậy không hà!" Rồi chú chạy vô thay ca cho chú Thiện An.

Chú Thiện An quanh quẩn ngoài vườn, đi kiếm cái thùng xách nước tưới mấy chậu thược dược của Hòa thượng. Tự hôm rày hình như cây hoa cũng buồn hay sao, mà không còn xanh mướt khoe mình trong nắng nữa. Nó quặt cả cái thân dài ngoằn xuống miệng lu bể tưởng chừng ai đã bẻ nó vậy. Chú Thiện An nâng cây hoa lên, lấy một sợi dây chuối cột nó vào nhánh tre cắm cạnh bên làm trụ. Cây hoa đứng yên được, rồi đón những giọt nước mát từ tay chú Thiện An.

Nắng chấp chới gọi con chim nào rất quen bay về khu vườn chùa kêu một hồi lảnh lót. Tiếng kêu như kể lể chuyện gì, làm chú phải ngước lên nhìn. Chà, con chim có cánh nâu lốm đốm trắng nhỏ như một búp sen. Mi nói gì vậy chim?

Đừng có làm ồn, sư ông đang bệnh mi có biết không? Bay đâu về mà um sùm hối hả quá vậy? Đói không, ta cho nắm gạo nghen! Kíu ríu, kíu ríu... Gạo nè, ăn đi. Nuốt từ từ thôi. Sư ông mà ra vườn được, chắc sẽ quở mi là không có oai nghi gì hết trơn! Sư ông khó lắm, mi biết không? Mà có khó như vậy mình mới nên chim à. Chỉ sợ mai mốt không còn ai răn đe, dạy dỗ thì mình hư thôi. Ta lại ít học nên ta lo lắm. Ta không bằng một li của hòa thượng.

Hồi xưa Hòa thượng con nhà Nho giáo nên văn hay chữ tốt, sau ra làm ông biện cho làng Tân Hòa ở Cái Gia Lớn, gần Mỹ Thuận. Hòa thượng làm biện mà ham vân du đây đó, đi chùa này chùa kia nghiên cứu Phật giáo. Một lần, về tới nhà thì phát hiện vợ mình đã dan díu với ông xã trưởng. Nhưng Hòa thượng chẳng hề ghen tuông giận dữ, mà còn kêu ông xã tới nói rằng: "Tôi cám ơn anh xã ở nhà đã gánh vác giùm vợ con tôi. Nay tôi muốn đi tu, vậy xin anh bảo bọc họ suốt đời." Rồi Hòa thượng xuất gia luôn. Vốn chữ Hán sẵn có đã giúp Hòa thượng học kinh luật mau hiểu, tinh thông, trở thành vị đệ tử được Hòa thượng Từ Phong trao truyền sứ mạng hoằng pháp ở miền Tây.

Tới đây thì chim biết rồi phải không? Ở mà còn một chuyện chắc mi chưa biết đâu. Không biết có phải là huyền thoại không, nhưng dân chúng truyền tụng dữ lắm. Những năm loạn lạc do Pháp xâm chiếm, bọn con cái nhà giàu lợi dụng tình thế ấy mà đi ăn cướp. Có một đứa bị chính quyền truy nã. Cha mẹ nó năn nỉ Hòa thượng nhận nó làm đệ tử để trốn đỡ trong chùa. Hòa thượng chịu nhận. Thế là chính quyền hay tin, cho rằng Hòa thượng bao che tụi cướp nên tìm bắt Hòa thượng. Lúc đó Hòa thượng đang ở chùa Phước Huệ, nghe tiếng quân lính kéo tới mà không thèm trốn. Hòa thượng cứ nằm tỉnh bơ trên giường, vậy mà lạ thay, bọn lính như bị mờ mắt tìm hoài chẳng thấy. Lục lọi hồi lâu chúng chán nản bỏ đi. Thật tình cái ông đệ tử trời đánh kia cũng đâu có tu nổi, nhưng Hòa thượng chỉ muốn giáo hóa cho hắn trở lại làm một con người lương thiện. Hòa thượng công đức vậy đó, mà bây giờ như ngọn đèn treo trước gió, vui vẻ gì mà chim hót han, kể lể um sùm...

Chú Thiện An nhìn con chim mổ tới hạt gạo cuối cùng, rồi chú đứng dậy xếp gọn chiếc thùng vào kho. Chợt nghe phía trước chùa có tiếng lao xao chào hỏi. Thì ra Hòa thượng Vĩnh Tràng ở chùa Hương vô thăm ông cụ. Chùa Hương còn có tên là Phước Hưng, một ngôi cổ tự cũng danh tiếng ở Sa Đéc. Hòa thượng Vĩnh Tràng nhìn quanh: "Ủa, chưa có ai vô hả?" Chúng tăng đáp lời: "Bạch thầy, chưa có ai." Hòa thượng Vĩnh Tràng cười: "Mấy vị kia ra chùa rủ tôi vô thăm thầy Chánh Quả. Tôi nói thôi mấy ông đi trước, tôi tắm rửa cái đã. Vậy mà vô tới đây chưa thấy ông nào." Chúng tăng nhìn nhau thầm nể ông cụ.

Hòa thượng Vĩnh Tràng tu hạnh Bồ Tát Vô Ngại thuộc pháp môn Tịnh Độ. Ông đã từng phát nguyện đi bộ ra Hà Nội thỉnh về một cái mõ bằng gỗ quý, đội mõ trên đầu đi bộ trở về chùa Hương. Cái mõ nặng khoảng mười lăm ký, không rời xuống đất trừ lúc Hòa thượng ăn uống, nghỉ ngơi, và mỗi bước Hòa thượng đi là một tiếng niệm Phật A Di Đà. Đôi chân của Hòa thượng là đôi chân Bồ Tát, làm sao các vị kia theo kịp!

Hòa thượng Vĩnh Tràng vô tới cửa buồng Hòa thượng Chánh Quả. Hòa thượng Chánh Quả nhác trông thấy cái dáng ốm ốm mặc bộ quần áo bằng vải xả tang lình xình thì biết ngay người bạn đồng tu của mình. Hòa thượng Chánh Quả tuy giỏi thông kinh luật nhưng vẫn rất kính nể Hòa thượng Vĩnh Tràng dù ông không có một lần nào giảng pháp. Đường tu có tám mươi bốn ngàn pháp môn, chỉ cần người tu chuyên trì một pháp môn cho đến rốt ráo. Hạnh Bồ Tát của Hòa thượng Vĩnh Tràng quả không thua hạnh hoằng pháp của Hòa thượng Chánh Quả. Hai vị kính nhau mà lại thương nhau trong tình huynh đệ.

Hòa thượng Vĩnh Tràng ngồi xuống mép giường, nói giọng tỉnh khô nhưng đầy vẻ trêu đùa Hòa thượng Chánh Quả: "Bữa nay vô thăm sư huynh để nói pháp sư huynh nghe." Ái chà, lại nói pháp cho vị pháp sư danh tiếng của miền Tây! Hòa thượng Chánh Quả cũng đáp lại giọng thành khẩn: "Ừ, huynh nói đi." "*Nguyện sanh Tây phương Tịnh độ trung. Cửu phẩm liên hoa vi phụ mẫu. Hoa khai kiến Phật ngộ vô sanh. Bất thối Bồ Tát vi bạn lữ.*" Hòa thượng Chánh Quả bật cười: "Bồ Tát hay quá ha!"

Rồi hai ông cụ nhìn nhau mà cười. Tiếng cười như xuyên thủng không khí thâm u trong căn buồng, tiếng cười vượt ra không gian rộng lớn bên ngoài lay động từng cành cây ngọn cỏ. Tiếng cười nhẹ nhàng thanh thản của những con người đã trút mọi lo âu phiền não của thế gian, sẵn sàng ra đi theo quy luật vô thường, nhưng cái thường còn của các ngài vẫn âm thầm tỏa sáng như vầng mặt trời, đánh thức những thế hệ mai sau...

*

Hai chú Thiện An và Thiện Tâm mỗi người cầm một cây búa lớn chuẩn bị chặt hàng cây trước chùa. Chẳng hiểu sao mấy ngày nay Hòa thượng Chánh Quả cứ nói: "Đám cây bịt bùng quá, đốn bớt đi." Thì chính ông cụ trồng nó chứ ai, giờ lại than là bịt bùng. Thầy Huệ Hòa nói: "Thôi, cứ làm theo ý ông cụ." Nhưng cả đại chúng đều linh cảm có chuyện gì sắp xảy ra.

Chú Thiện An cầm cây búa đi tới đi lui vẫn không hạ được búa nào. Người chú lâng lâng khó chịu. Chú dụi mắt nhìn hoài hàng cây quen thuộc. Ừ, chú đâu có lầm. Sao cây nào cũng ủ rủ, lá cứ gục xuống như gốc rễ đứt lìa tự bao giờ? Hồi sáng này lên tụng kinh, xá Tổ, chú cũng dụi mắt mấy lần. Chú thấy rõ ràng mặt ông Tổ nào cũng buồn hiu buồn hắt. Nhìn đến gương mặt của Đức Phật cũng vậy, chú cũng thấy rõ ràng Phật đang trầm xuống. Một lát sau, cái cảm giác kia mới tan biến đi, các bức tượng mới trở lại bình thường trong mắt chú. Bây giờ tới lượt hàng cây, chú lại thấy nó ủ rủ buồn bã. Sao kỳ vậy? Chú kể cho chú Thiện Tâm nghe. Chú Thiện Tâm bảo: "Tại ông nghĩ đến Hòa thượng nhiều quá nên sinh ra ảo giác."

Chú Thiện An ngồi thừ ra một hồi, mắt chú mới trở lại bình thường, và chú mới có can đảm đốn hạ hàng cây. Sân chùa trống trải hẳn, những tia nắng mặt trời rọi xuống chói chang rực rỡ như những vòng hào quang của Đức Phật. Chú Thiện An bỗng lo hơn. Không lẽ hào quang ấy là để rước Hòa thượng đi? Hòa thượng yếu lắm rồi. Hôm nay chú và chú Thiện Tâm phải ẵm Hòa thượng. Nhưng ông cụ nói: "Hai đứa yếu quá. Để Huệ Phát ẵm thầy." Huệ Phát to con, mạnh mẽ, còn hai chú thì mảnh khảnh, thấp bé. Cái đà này chắc ông cụ không còn sống được bao lâu. Chú Thiện An tin vào cái điềm mà chú đã thấy trên mặt tượng Phật và hàng cây, nhưng chú chỉ dám thổ lộ cùng chú Thiện Tâm mà thôi.

Đốn cây xong, chú Thiện An đi tìm mấy gốc chuối lá ta trồng vào chỗ trống để sân chùa bớt trơ trọi. Mấy hôm, rễ chuối vẫn chưa bén, nên lá héo đi, ngả màu vàng vàng. Nhưng chú Thiện An đâu còn thời gian lo lắng cho mấy cây chuối, chú phải túc trực bên giường của Hòa thượng. Đã là ngày thứ mười hai kể từ lúc bắt đầu bệnh, và cũng là ngày thứ mười hai Hòa thượng không hề đặt lưng xuống giường.

Từ sáng, Hòa thượng không ăn điểm tâm nữa, vấn thuốc cho ông, ông cũng không hút. Mi mắt Hòa thượng sụp xuống không trông thấy được gì, lâu lâu ông lại hỏi: "Bây giờ mấy giờ rồi?" Các thầy và các sư cô thay phiên vào tụng kinh cho Hòa thượng nghe, thỉnh thoảng ông mỉm cười "phê bình": "Mấy cô tụng nghe hay quá. Mấy thầy tụng không hay bằng." Rồi Hòa thượng lại hỏi giờ và ngồi thẳng dậy theo tư thế bán già.

Hơn 11 giờ, hơi thở Hòa thượng dần tắt, sắc mặt vẫn điềm nhiên, an lạc và tư thế ngồi không thay đổi. Đại chúng kính cẩn quỳ xuống niệm thật rõ câu Nam-mô A-di-đà Phật...

Hôm đó, âm lịch là ngày Tân Dậu, mười ba tháng giêng năm Bính Thân, nhằm ngày 24 tháng 2 năm 1956. Chùa Kim Huê đưa tiễn vị Hòa thượng được xem là Tổ sư trong lịch sử hoằng pháp của mình. Và từ đó chùa Kim Huê được gọi là chùa Tổ.

MỤC LỤC

LỜI GIỚI THIỆU 5
BÓNG RÂM 7
BÓNG THỜI GIAN 17
CÚNG PHẬT 23
THẦY TRỤ TRÌ 29
SẺ CHIA 37
THẦY BÓI 47
THẰNG QUÝ 51
BỒ TÁT 57
PHÓNG SANH 69
SỐNG CHUNG VỚI LŨ 75
DU TĂNG 85
MỘ SÂU 95
CHÙA KIM HUÊ 103

Lời thưa

Trong kinh Pháp Cú, đức Phật dạy rằng: "Pháp thí thắng mọi thí." Thực hành Pháp thí là chia sẻ, truyền rộng lời Phật dạy đến với mọi người. Mỗi người Phật tử đều có thể tùy theo khả năng để thực hành Pháp thí bằng những cách thức như sau:

1. Cố gắng học hiểu và thực hành những lời Phật dạy. Tự mình học hiểu càng sâu rộng thì việc chia sẻ, bố thí Pháp càng có hiệu quả lớn lao hơn. Nên nhớ rằng **việc đọc sách còn quan trọng hơn cả việc mua sách**.

2. Phải trân quý kinh điển, sách vở in ấn lời Phật dạy. Khi có điều kiện thì mua, thỉnh về nhà để tự mình và người trong gia đình đều có điều kiện học hỏi làm theo. Không nên giữ làm của riêng mà phải sẵn lòng chia sẻ, truyền rộng, khuyến khích nhiều người khác cùng đọc và học theo. Không nên để kinh sách nằm yên đóng bụi trên kệ sách, vì **kinh sách không có người đọc thì không thể mang lại lợi ích**.

3. Tùy theo khả năng mà đóng góp tài vật, công sức để hỗ trợ cho những người làm công việc biên soạn, dịch thuật, in ấn, lưu hành kinh sách, **để ngày càng có thêm nhiều kinh sách quý được in ấn, lưu hành**.

Thông thường, việc chi tiêu một số tiền nhỏ không thể mang lại lợi ích lớn, nhưng nếu sử dụng vào việc giúp lưu hành kinh sách thì lợi ích sẽ lớn lao không thể suy lường. Đó là vì đã giúp cho nhiều người có thể hiểu và làm theo lời Phật dạy. Mong sao quý Phật tử khắp nơi đều lưu tâm đóng góp sức mình vào những việc như trên.

TINH YẾU THỰC HÀNH PHÁP THÍ

- Mua thỉnh kinh sách về đọc, tự mình sẽ được rất nhiều lợi ích.
- Chia sẻ, truyền rộng bằng cách cho mượn, biếu tặng kinh sách đến nhiều người thì lợi ích ấy càng tăng thêm gấp nhiều lần.
- Đóng góp công sức, tài vật để hỗ trợ công việc biên soạn, dịch thuật, giảng giải, in ấn, lưu hành kinh sách thì công đức lớn lao không thể suy lường, vì có vô số người sẽ được lợi ích từ việc lưu hành kinh sách.

Milton Keynes UK
Ingram Content Group UK Ltd.
UKHW021125030424
440506UK00009B/1202